കൂലി വില ലാഭം

kooli vila labham

•

karl marx

•

first chintha edition
november 2008

•

second edition
january 2010

•

third edition
october 2019

•

typesetting & published
chintha publishers, thiruvananthapuram

•

cover
vinod

•

Rights reserved

Distribution
DESHABHIMANI BOOK HOUSE
H O Thiruvananthapuram 695035
phone: 0471-2303026, 6063026
Email: chinthapublishers@gmail.com
Website: www.chinthapublishers.com

Branch

Head Office Kunnukuzhi • Statue Thiruvananthapuram • KSRTC Bus
Station Alappuzha • KSRTC Bus Station Ernakulam • Machingal Lane
Thrissur • IG Road Kozhikode • Mavoor Road Kozhikode • NGO Union
Building Kannur • Central Bus Terminal Complex Thavakkara Kannur

---

CO - 2143 / 5155
ISBN - 978-81-26200-72-6

കൂലി വില ലാഭം

കാൾ മാർക്സ്

ചിന്ത പബ്ലിഷേഴ്സ്
തിരുവനന്തപുരം-695 035

ഉള്ളടക്കം

മുഖവുര

മാന്യരേ,

വിഷയത്തിലേക്ക് കടക്കുന്നതിനു മുമ്പ് മുഖവുരയായി ചില കാര്യങ്ങൾ പറയാൻ അനുവദിക്കുക.

പണിമുടക്കുകളുടെ ശരിക്കുമൊരു പകർച്ചവ്യാധിയും കൂലി കൂട്ടണമെന്ന മുറവിളിയും യൂറോപ്പിൽ ഇന്നു നടമാടുകയാണ്. ഈ പ്രശ്നം നമ്മുടെ കോൺഗ്രസിൽ പൊന്തിവരും. ഇന്റർനാഷണൽ അസോസിയേഷന്റെ തലപ്പത്തുള്ള നിങ്ങൾക്ക് ഈ അതിപ്രധാനമായ പ്രശ്നത്തെപ്പറ്റി ഉറച്ച ബോധ്യമുണ്ടായിരിക്കണം. നിങ്ങളുടെ ക്ഷമയ്ക്ക് കടുത്തൊരു പരീക്ഷണമായേക്കാം, എങ്കിൽക്കൂടി ഈ വിഷയത്തിലേക്കു പൂർണമായും കടക്കേണ്ടത് എന്റെ ചുമതലയായി ഞാൻ കരുതിയത് അക്കാരണത്താലാണ്.

മി. വെസ്റ്റണെക്കുറിച്ച് എനിക്ക് മുഖവുരയായി ഒരുകാര്യം കൂടി പറയാനുണ്ട്. തൊഴിലാളി വർഗത്തിന് തീരെ ഇഷ്ടമല്ലെന്ന് അദ്ദേഹത്തിനുതന്നെ അറിയാവുന്ന അഭിപ്രായങ്ങളെ അദ്ദേഹം നിങ്ങളുടെ മുമ്പാകെ നിർദേശിക്കുക മാത്രമല്ല, പരസ്യമായി ഉയർത്തിപ്പിടിക്കുകയും ചെയ്തിട്ടുണ്ട്. അങ്ങനെ ചെയ്തിട്ടുള്ളത് തൊഴിലാളിവർഗത്തിന്റെ താൽപ്പര്യങ്ങളെ മുൻനിർത്തിയാണെന്നാണ് അദ്ദേഹത്തിന്റെ വിശ്വാസം. ധാർമിക ധീരതയുടെ ഇതുപോലൊരു പ്രകടനത്തെ നാമെല്ലാവരും അങ്ങേയറ്റം മാനിക്കേണ്ടതാണ്. കാര്യങ്ങൾ വെട്ടിത്തുറന്നുപറയുന്ന ഒരു ശൈലിയാണ് എന്റെ പ്രബന്ധത്തിനുള്ളതെങ്കിലും അതിന്റെ അവസാനത്തിൽ അദ്ദേഹത്തിന്റെ തീസിസുകളുടെ അടിയിൽ കിടക്കുന്നതായി എനിക്കുതോന്നുന്ന ന്യായമായ ധാരണയോട് എനിക്കു യോജിപ്പാണുള്ളതെന്ന് അദ്ദേഹം മനസിലാക്കുമെന്നു ഞാൻ ആശിക്കുന്നു. എന്നാൽ ഇപ്പോഴത്തെ രൂപത്തിൽ അവയെ സൈദ്ധാന്തികമായി തെറ്റും പ്രായോഗികമായി അപകടകരവുമായി കരുതാതിരിക്കാൻ എനിക്കു നിവൃത്തിയില്ല.

ഞാൻ ഇനി നേരേ കാര്യത്തിലേക്ക് കടക്കാം.

1

ഉൽപ്പാദനവും കൂലിയും

മി. വെസ്റ്റന്റെ വാദത്തിനാധാരമായിട്ടുള്ളത് വാസ്തവത്തിൽ രണ്ടു പ്രമേയങ്ങളാണ്: ഒന്നാമത്, ദേശീയോൽപാദനത്തിന്റെ അളവ് കൃത്യമായ ഒന്നാണ്, ഒരു സ്ഥിരം തുകയോ ഗണിത ശാസ്ത്രജ്ഞരുടെ ഭാഷയിൽ പറഞ്ഞാൽ പരിമാണമോ ആണ്. രണ്ടാമത്, യഥാർഥ കൂലിയുടെ തുക അതായത് വാങ്ങാൻ കഴിയുന്ന ചരക്കുകളുടെ മാത്ര വെച്ച് അളക്കപ്പെടുന്ന കൂലി, ഒരു കൃത്യമായ സംഖ്യയാണ്, സ്ഥിരപരിമാണമാണ്.

അദ്ദേഹത്തിന്റെ ആദ്യത്തെ വാദം പ്രത്യക്ഷത്തിൽ തന്നെ തെറ്റാണ്. ഉൽപ്പാദനത്തിന്റെ മൂല്യവും അളവും വർധിക്കുന്നതും, ദേശീയാധാനത്തിന്റെ ഉൽപ്പാദനശക്തികൾ വർധിക്കുന്നതും, ഈ വർധമാനമായ ഉൽപ്പാദനത്തിന്റെ പരിക്രമണത്തിനാവശ്യമായ പണത്തിന്റെ തുക തുടർച്ചയായി മാറിക്കൊണ്ടിരിക്കുന്നതും നിങ്ങൾക്ക് ആണ്ടോടാണ്ട് കാണാവുന്നതാണ്. ആണ്ടവസാനത്തെ സംബന്ധിച്ചും പരസ്പരം താരതമ്യപ്പെടുത്തി നോക്കുമ്പോൾ വിവിധവർഷങ്ങളെ സംബന്ധിച്ചും സത്യമായിട്ടുള്ളത് ഒരു വർഷത്തിലെ ഓരോ ശരാശരി ദിവസത്തെ സംബന്ധിച്ചും സത്യമാണ്. ദേശീയോൽപ്പാദനത്തിന്റെ അളവ് അഥവാ പരിമാണം തുടർച്ചയായി മാറിക്കൊണ്ടിരിക്കുന്നു. അതൊരു സ്ഥിര പരിമാണമല്ല, അസ്ഥിരപരിമാണമാണ്. ജനസംഖ്യയിൽ വരുന്ന മാറ്റങ്ങൾക്ക് പുറമെ മൂലധനസഞ്ചയത്തിലും അധാനത്തിന്റെ ഉൽപ്പാദന ശക്തികളിലുമുണ്ടാകുന്ന നിരന്തരമായ മാറ്റം മൂലം അതങ്ങനെയാകാനേ നിവൃത്തിയുള്ളൂ. കൂലിയുടെ പൊതുനിരക്കിലൊരു വർധനവ് ഇന്നു ണ്ടായാൽ അതിന്റെ അന്തിമഫലം എന്തുതന്നെയായാലും ആ വർധനവുകൊണ്ടുമാത്രം ഉൽപ്പാദനത്തിന്റെ അളവിൽ ഉടനടി മാറ്റമുണ്ടാവുക യില്ലെന്നതു തികച്ചും വാസ്തവമാണ്. അത് ഒന്നാമത് നിലവിലുള്ള സ്ഥിതിയിൽ നിന്നായിരിക്കും തുടങ്ങുന്നത്. എന്നാൽ കൂലിവർധനവിന്

മുമ്പ് ദേശീയോൽപ്പാദനം സ്ഥിരമല്ലാതെ അസ്ഥിരമായിരുന്നുവെങ്കിൽ, കൂലിവർധനവിനു ശേഷവും അത് സ്ഥിരമല്ലാതെ, അസ്ഥിരമായിത്തന്നെ തുടരുന്നതാണ്.

എന്നാൽ ദേശീയോൽപ്പാദനത്തിന്റെ പരിമാണം അസ്ഥിരമാണെന്ന തിനു പകരം സ്ഥിരമാണെന്നിരിക്കട്ടെ അപ്പോഴും നമ്മുടെ സ്നേഹിതൻ വെസ്റ്റൺ ഒരു യുക്തിയുക്തമായ നിഗമനമായി കരുതുന്നത് ഒരു ചുമ്മാ വാദമായിത്തന്നെ തുടരും. എട്ട് എന്നൊരു സംഖ്യയുണ്ടെങ്കിൽ, ആ സംഖ്യയുടെ കേവലപരിധികൾ അതിന്റെ അംശങ്ങളുടെ ആപേക്ഷിക പരിധി കളിൽ മാറ്റമുണ്ടാവുന്നതിന് തടസമല്ല. ലാഭം ആറും കൂലി രണ്ടും ആയിരുന്നെങ്കിൽ കൂലി ആറായി കൂടുകയും ലാഭം രണ്ടായി കുറയു കയും ചെയ്തുവെന്ന് വരാം. അപ്പോഴും മൊത്തം സംഖ്യ എട്ടു തന്നെ യായിരിക്കും. അതിനാൽ, ഉൽപ്പാദനത്തിന്റെ അളവിൽ മാറ്റമില്ലെന്നതു കൊണ്ട് കൂലിയുടെ തുകയിൽ മാറ്റമില്ലെന്ന് തെളിയുന്നില്ല. പിന്നെങ്ങ നെയാണ് നമ്മുടെ സ്നേഹിതൻ വെസ്റ്റൺ ഈ മാറ്റമില്ലായ്മ തെളിയി ക്കുന്നത്? അത് ഉറപ്പിച്ചു പറഞ്ഞുകൊണ്ട്.

ഇനി അദ്ദേഹം ശഠിക്കുന്നത് സമ്മതിച്ചുകൊടുത്താൽ തന്നെ മാറ്റമി ല്ലായ്മ രണ്ടുവഴിക്കും നടക്കും. പക്ഷേ അദ്ദേഹം ഒരു വഴിക്കുമാത്രമെ ഊന്നുന്നുള്ളൂ. കൂലിയുടെ തുക ഒരു സ്ഥിരപരിമാണമാണെങ്കിൽ അതി നെ കൂട്ടാനോ കുറയ്ക്കാനോ സാധ്യമല്ല. അതുകൊണ്ട് ഒരു താൽക്കാ ലിക കൂലികൂട്ടൽ പിടിച്ചുവാങ്ങുന്ന തൊഴിലാളികൾ ബുദ്ധിശൂന്യമാ യിട്ടാണ് പ്രവർത്തിക്കുന്നതെങ്കിൽ ഒരു താൽക്കാലിക കൂലികുറയ്ക്കൽ അടിച്ചേൽപ്പിക്കുന്ന മുതലാളിമാർ അത്രതന്നെ ബുദ്ധിശൂന്യമായിട്ടായിരി ക്കും പ്രവർത്തിക്കുന്നത്.ചില സാഹചര്യങ്ങളിൽ തൊഴിലാളികൾക്ക് കൂലികൂട്ടൽ പിടിച്ചുവാങ്ങാൻ കഴിയുമെന്ന കാര്യം നമ്മുടെ സ്നേഹിതൻ വെസ്റ്റൺ നിഷേധിക്കുന്നില്ല. പക്ഷേ കൂലിയുടെ തുക സ്വഭാവികമായും സ്ഥിരമായിരിക്കുന്നതുകൊണ്ട് അതിനൊരു പ്രത്യാഘാതം വരാതെ തരമില്ല. മറുവശത്ത്, കൂലികുറയ്ക്കൽ അടിച്ചേൽപ്പിക്കാൻ മുതലാ ളിമാർക്ക് കഴിയുമെന്നും അത് അടിച്ചേൽപ്പിക്കാൻ അവർ വാസ്തവത്തിൽ തുടർച്ചയായി ശ്രമിച്ചുകൊണ്ടിരിക്കുകയാണെന്നും അദ്ദേഹത്തിനറിയാം. സ്ഥിരകൂലി എന്ന തത്വമനുസരിച്ച് മുമ്പത്തെ സന്ദർഭത്തിലെന്നപോലെ തന്നെ ഇപ്പോഴും ഒരു പ്രത്യാഘാതമുണ്ടാവേണ്ടതാണ്. അതുകൊണ്ട് കൂലികുറയ്ക്കാനുള്ള ശ്രമത്തിനോ കൂലികുറയ്ക്കലിനോ എതിരായി തിരിച്ചടിക്കുന്ന തൊഴിലാളികൾ ശരിയായിട്ടായിരിക്കും പ്രവർത്തിക്കുന്ന ത്. അതുകൊണ്ട് കൂലിക്കൂടുതൽ പിടിച്ചുവാങ്ങുമ്പോൾ അവർ ശരി യായിട്ടായിരിക്കും പ്രവർത്തിക്കുന്നത്. കാരണം, കൂലികുറയ്ക്കലിനെ തിരായ ഒരോ തിരിച്ചടിയും കൂലികൂട്ടുന്നതിനുവേണ്ടിയുള്ള അടിയാണ്. അങ്ങനെ മി. വെസ്റ്റന്റെ കൂലിസ്ഥിരതതത്വമനുസരിച്ചുതന്നെ, തൊഴി ലാളികൾ ചില സാഹചര്യങ്ങളിൽ ഒത്തൊരുമിച്ച് കൂലിക്കൂടുതലിനു വേണ്ടി പൊരുതേണ്ടതാണ്.'

അദ്ദേഹം ഈ നിഗമനത്തെ നിഷേധിക്കുമെങ്കിൽ അതിനാധാരമായ പ്രമേയത്തെ ഉപേക്ഷിക്കണം. കൂലി ഒരു സ്ഥിരപരിമാണമാണ് എന്നല്ല, അത് കൂടാൻ സാധ്യമല്ലെങ്കിലും, കൂടാൻ പാടില്ലെങ്കിലും, മുതലാളിമാർ ക്ക് കുറയ്ക്കാൻ തോന്നുമ്പോഴൊക്കെ അത് കുറയാൻ സാധ്യമാണ്, കുറഞ്ഞേ തീരൂ, എന്നാണ് അദ്ദേഹം പറയേണ്ടത്. നിങ്ങൾക്ക് ഭക്ഷണമാ യി മാംസത്തിനുപകരം ഉരുളക്കിഴങ്ങും ഗോതമ്പിനുപകരം ഓട്സും തരാനാണ് മുതലാളിക്കിഷ്ടമെങ്കിൽ അയാളുടെ ഹിതത്തെ അർഥശാ സ്ത്രത്തിന്റെ നിയമമായെടുത്ത് അതിന് വഴങ്ങിക്കൊള്ളണം. കൂലി നിരക്ക് ഒരു രാജ്യത്ത് മറ്റൊരു രാജ്യത്തെക്കാൾ – ഉദാഹരണത്തിന് അമേ രിക്കയിൽ ഇംഗ്ലണ്ടിലേതിനെക്കാൾ – കൂടുതലാണെങ്കിൽ അമേരിക്കൻ മുതലാളിയുടെ ഹിതവും ഇംഗ്ലീഷ് മുതലാളിയുടെ ഹിതവും തമ്മിലുള്ള വ്യത്യാസം കൊണ്ടാണ് കൂലിനിരക്കിൽ ഈ വ്യത്യാസം വന്നതെന്ന് പറയണം. സാമ്പത്തിക പ്രതിഭാസങ്ങളുടെ മാത്രമല്ല എല്ലാ പ്രതിഭാസ ങ്ങളുടെയും പഠനത്തെ തീർച്ചയായും വളരെയേറെ ലഘൂകരിക്കുന്ന ഒരു മാർഗമാണിത്.

എന്നാലപ്പോഴും നമുക്ക് ചോദിക്കാം: അമേരിക്കൻ മുതലാളിയുടെ ഹിതം ഇംഗ്ലീഷ് മുതലാളിയുടെ ഹിതത്തിൽ നിന്ന് വ്യത്യസ്തമായിരി ക്കുന്നത് എന്തുകൊണ്ടാണ്? ഈ ചോദ്യത്തിന് ഉത്തരം പറയാൻ ഹിതത്തിന്റെ പരിധിക്കപ്പുറം പോകണം. ഇംഗ്ലണ്ടിലൊന്നും ഫ്രാൻസിൽ മറ്റൊന്നും നടക്കണമെന്നാണ് ദൈവഹിതമെന്ന് ഒരു പാതിരി എന്നോട് പറയുമായിരിക്കും. ഇങ്ങനെ രണ്ടു ഹിതങ്ങൾ വരാനുള്ള കാരണമൊന്നു പറഞ്ഞുതരാൻ അയാളോട് അപേക്ഷിച്ചാൽ ഫ്രാൻസിൽ ഒരു ഹിതവും ഇംഗ്ലണ്ടിൽ മറ്റൊരു ഹിതവും വേണമെന്നതാണ് ദൈവഹിതമെന്ന് മറുപടി പറയാനുള്ള ചങ്കൂറ്റം അയാൾ കാണിച്ചേക്കും. എന്നാൽ എല്ലാ യുക്തിയേയും പാടെ നിഷേധിച്ചുകൊണ്ടുള്ള ഇത്തരമൊരു വാദമുഖം നമ്മുടെ സ്നേഹിതൻ വെസ്റ്റൺ തീർച്ചയായും ഉപയോഗിക്കുകയില്ല.

തീർച്ചയായും കഴിയുന്നത്ര കൈവശപ്പെടുത്തണമെന്നതാണ് മുത ലാളിയുടെ ഹിതം. അയാളുടെ ഹിതത്തെപ്പറ്റി പറയുകയല്ല, അയാളുടെ ശക്തിയും ആ ശക്തിയുടെ പരിധികളും ആ പരിധികളുടെ സ്വഭാവവും അന്വേഷിച്ചറിയുകയാണ് നാം വേണ്ടത്.

2

ഉൽപ്പാദനം, കൂലി, ലാഭം

മി. വെസ്റ്റൺ നമ്മെ വായിച്ചുകേൾപ്പിച്ച റിപ്പോർട്ട് ചുരുക്കിപ്പറ യാവുന്നതാണ്.

അദ്ദേഹത്തിന്റെ മുഴുവൻ വാദത്തിന്റെയും പൊരുൾ ഇതാണ്: പണ രൂപത്തിലുള്ള കൂലിയായി നാലുഷില്ലിങ്ങിനു പകരം അഞ്ച് ഷില്ലിങ് നൽകാൻ തൊഴിലാളിവർഗം മുതലാളിവർഗത്തെ നിർബന്ധിച്ചാൽ അഞ്ച് ഷില്ലിങ് വിലവരുന്ന ചരക്കുകൾക്ക് പകരം നാല് ഷില്ലിങ് വിലവരുന്ന ചരക്കുകളായിരിക്കും മുതലാളി തിരിച്ചുകൊടുക്കുന്നത്. കൂലി കൂട്ടുന്ന തിന് മുമ്പ് നാലു ഷില്ലിങ്ങിനു വാങ്ങിച്ച സാധനങ്ങൾക്ക് തൊഴി ലാളി വർഗത്തിന് അഞ്ച് ഷില്ലിങ് കൊടുക്കേണ്ടിവരും. ഇങ്ങനെ വരാൻ കാര ണമെന്താണ്? മുതലാളി അഞ്ചു ഷില്ലിങ്ങിനു പകരം നാലു ഷില്ലിങ്ങിനു ള്ളതുമാത്രം കൊടുക്കുന്നതെന്തുകൊണ്ടാണ്? എന്തുകൊണ്ടെന്നാൽ കൂലിയുടെ തുക നിജപ്പെടുത്തിയിട്ടുണ്ട്. പക്ഷെ എന്തുകൊണ്ടാണ് അത് നാലു ഷില്ലിങ്ങിനുള്ള ചരക്കുകളായി നിജപ്പെടുത്തിയിരിക്കുന്നത്? എന്തുകൊണ്ട് മൂന്നു ഷില്ലിങ്ങിനോ രണ്ടു ഷില്ലിങ്ങിനോ അല്ലെങ്കിൽ മറ്റേതെങ്കിലും തുകക്കോ ഉള്ളതല്ല? മുതലാളിയുടെയും തൊഴിലാളിയുടെ യും ഹിതങ്ങളെ ആശ്രയിക്കാത്ത ഒരു സാമ്പത്തിക നിയമമാണ് കൂലിയു ടെ പരിധി നിർണയിക്കുന്നതെങ്കിൽ മി. വെസ്റ്റൺ ആദ്യം ചെയ്യേണ്ടിയി രുന്നത് ആ നിയമം എന്താണെന്നു പറയുകയും സ്ഥാപിക്കുകയുമാണ്. ഓരോ സമയത്തും യഥാർഥത്തിൽ കൊടുക്കുന്ന കൂലി എപ്പോഴും ആവ ശ്യമായ കൂലിക്ക് കൃത്യമായിട്ട് അനുസൃതമായിരിക്കുമെന്നും അതിൽ നിന്ന് ഒരിക്കലും വ്യതിചലിക്കുകയില്ലെന്നുംകൂടി അദ്ദേഹം തെളിയി ക്കേണ്ടതായിരുന്നു. നേരേമറിച്ച് കൂലിയുടെ പരിധി മുതലാളിയുടെ ഹിതത്തെ മാത്രം, അല്ലെങ്കിൽ അയാളുടെ ആർത്തിയുടെ പരിധിയെ മാത്രം, ആശ്രയിച്ചാണിരിക്കുന്നതെങ്കിൽ അതൊരു തന്നിഷ്ടപരമായ പരിധിയായിരിക്കും. ആവശ്യമായതൊന്നും അതിലില്ല. മുതലാളിയുടെ

ഹിതംകൊണ്ട് അതിനെ മാറ്റാവുന്നതാണ്; അതുകൊണ്ടുതന്നെ അയാളുടെ ഹിതത്തിനെതിരായും അതിനെ മാറ്റാവുന്നതാണ്.

ഏതാനും പേർക്കു കഴിക്കാൻ വേണ്ടി ഒരു കിണ്ണത്തിൽ കുറേ സൂപ്പുണ്ടെങ്കിൽ കരണ്ടി വലുതാക്കിയതുകൊണ്ട് സൂപ്പിന്റെ അളവുകൂടു കയില്ലെന്ന് തന്റെ സിദ്ധാന്തത്തിന് ഉദാഹരണമായി മി. വെസ്റ്റൺ പറഞ്ഞു. ഈ ഉദാഹരണത്തെ ബാലിശമായി കരുതാൻ അദ്ദേഹം എന്നെ അനുവദിക്കണം. മെനേ നിയസ് അഗ്രിപ്പ പ്രയോഗിച്ച ഉപമയാണ് ഇ തെന്നെ ഓർമിപ്പിക്കുന്നത്. റോമിലെ പ്ലെബിയന്മാർ പട്രീഷ്യന്മാർ ക്കെതിരെ പണിമുടക്കിയപ്പോൾ രാഷ്ട്രശരീരത്തിലെ പ്ലെബിയൻ അവയവങ്ങളെ തീറ്റുന്നത് പെട്രീഷ്യൻ വയറാണെന്ന് പ്യെടീഷ്യനായ അഗ്രിപ്പ അവരോട് പറയുകയുണ്ടായി. ഒരാളിന്റെ അവയവങ്ങളെ തീറ്റുന്നത് മറ്റൊരാളിന്റെ വയറു നിറച്ചിട്ടാണെന്ന് അഗ്രിപ്പ ചൂണ്ടി കാണിച്ചില്ല. മി. വെസ്റ്റൺ ആകട്ടെ, തൊഴിലാളികൾ ഭക്ഷണം കഴിക്കുന്ന കിണ്ണത്തിൽ ദേശീയാധാനത്തിന്റെ ഉൽപ്പന്നം മുഴുവനും നിറച്ചിട്ടു ണ്ടെന്നും, കിണ്ണം ചെറുതായതുകൊണ്ടോ അതിൽ വേണ്ടത്ര ഇല്ലാ ത്തതുകൊണ്ടോ അല്ല, തങ്ങളുടെ കരണ്ടി ചെറുതായിപ്പോയതു കൊണ്ടു മാത്രമാണ് അവർക്ക് അതിൽ നിന്ന് കോരിയെടുക്കാൻ കഴിയാത്ത തെന്നും വിസ്മരിച്ചിരിക്കുന്നു.

അഞ്ചു ഷില്ലിങ്ങിനു പകരം നാലു ഷില്ലിങ്ങിനുള്ളതു കൊടുക്കാൻ മുതലാളിക്കു കഴിയുന്നത് എങ്ങനെയാണ്? അയാൾ വിൽക്കുന്ന ചരക്കി ന്റെ വില കൂട്ടിക്കൊണ്ട്. ചരക്കുകളുടെ വില കൂടുന്നത്, സാമാന്യമായി പറഞ്ഞാൽ മാറുന്നത്, ചരക്കുകളുടെ വിലതന്നെ, മുതലാളിയുടെ വെറും ഹിതത്തെ മാത്രം ആശ്രയിച്ചാണോ ഇരിക്കുന്നത്? അതോ, നേരെമറിച്ച് ആ ഹിതം സഫലമാക്കാൻ ചില സാഹചര്യങ്ങളുണ്ടാവണമെന്നുണ്ടോ? അതല്ലെങ്കിൽ കമ്പോള വിലയിലുള്ള കയറ്റവും ഇറക്കവും അവിരാമമായ ഏറ്റക്കുറച്ചിലുകളും ഉത്തരം കിട്ടാത്ത കടംകഥയായി തീരും.

അധാനത്തിന്റെ ഉൽപ്പാദനശക്തിയിലോ ഉപയോഗിക്കപ്പെട്ട മൂലധ നത്തിന്റെയും അധാനത്തിന്റെയും പരിമാണത്തിലോ ഉൽപ്പന്നങ്ങളുടെ മൂല്യങ്ങളെ തിട്ടപ്പെടുത്തുന്ന പണത്തിന്റെ മൂല്യത്തിലോ യാതൊരു മാറ്റവുമുണ്ടായിട്ടില്ലെന്നും കൂലി നിരക്കിൽ മാത്രമെ മാറ്റമുണ്ടാ യിട്ടുള്ളുവെന്നുമാണ് നാം സങ്കൽപ്പിച്ചിരിക്കുന്നതെന്നിരിക്കെ, കൂലികൂട്ട ലിന് ചരക്കുകളുടെ വിലയെ ബാധിക്കാൻ എങ്ങനെ കഴിയും? ആ ചരക്കുകൾക്കുള്ള ഡിമാന്റും അവയുടെ സപ്ലൈയും തമ്മിലുള്ള യഥാർഥ അനുപാതത്തെ ബാധിച്ചുകൊണ്ടുമാത്രം.

മൊത്തത്തിലെടുത്താൽ തൊഴിലാളിവർഗം തങ്ങളുടെ വരുമാനം ചെലവഴിക്കുന്നതും ചെലവഴിക്കേണ്ടതും അവശ്യവസ്തുക്കൾക്കു വേണ്ടിയാണെന്നത് തികച്ചും പരമാർഥമാണ്. അതുകൊണ്ട് പൊതു വായി കൂലിവർധനവുണ്ടായാൽ അത് അവശ്യവസ്തുക്കൾക്കുള്ള ഡിമാന്റും അങ്ങനെ അവയുടെ കമ്പോള വിലയും വർധിപ്പിക്കും. ഈ അവശ്യ വസ്തുക്കൾ ഉൽപാദിപ്പിക്കുന്ന മുതലാളിമാരെ സംബന്ധി ച്ചിടത്തോളം, തങ്ങളുടെ ചരക്കുകളുടെ വർധിച്ച കമ്പോളവില

കൂലിവർധനവു കൊണ്ടുണ്ടായ നഷ്ടം നികത്തുന്നതാണ്. എന്നാൽ അവശ്യവസ്തുക്കൾ ഉൽപ്പാദിപ്പിക്കാത്ത മറ്റു മുതലാളിമാരുടെ കാര്യമോ? അവർ കുറച്ചുപേരെയുള്ളുവെന്നുധരിക്കരുത്. ദേശീയോൽപ്പന്നങ്ങളുടെ മൂന്നിൽ രണ്ടുഭാഗം ഉപയോഗിക്കുന്നത് ജനസംഖ്യയുടെ അഞ്ചിൽ ഒരു ഭാഗമാണെന്ന കാര്യം (ജനസംഖ്യയുടെ ഏഴിൽ ഒരുഭാഗം മാത്രമാണെന്ന് കോമൺസഭയിലെ ഒരംഗം ഈയിടെ പറയുകയുണ്ടായി) പരിഗണിച്ചാ ൽ, ദേശീയോൽപ്പന്നങ്ങളുടെ എത്ര വമ്പിച്ച ഒരു ഓഹരിയായിരിക്കണം സുഖഭോഗ സാമഗ്രികളായി നിർമിക്കപ്പെടുകയോ അവയ്ക്കുപകരം കൈമാറ്റപ്പെടുകയോ ചെയ്യുന്നതെന്നും അവശ്യവസ്തുക്കൾ തന്നെ എത്രയേറെയായിരിക്കണം ശിങ്കിടിക്കാർക്കും കുതിരകൾക്കും പൂച്ചകൾ ക്കും മറ്റും വേണ്ടി ദുർവ്യയം ചെയ്യപ്പെടുന്നതെന്നും മനസ്സിലാവും. അവ ശ്യ വസ്തുക്കളുടെ വില കൂടുമ്പോൾ ഈ ദുർവ്യയം എപ്പോഴും സാരമാ യി പരിമിതപ്പെടുമെന്ന് അനുഭവത്തിൽ നിന്ന് നമുക്കറിയാം.

അവശ്യവസ്തുക്കൾ ഉൽപ്പാദിപ്പിക്കാത്ത മുതലാളിമാരുടെ സ്ഥിതി എന്തായിരിക്കും? കൂലിയിലുണ്ടായ പൊതുവർധനവിന്റെ ഫലമായി ലാഭനിരക്കിലുണ്ടായ കുറവിനെ തങ്ങളുടെ ചരക്കുകളുടെ വില കൂട്ടി ക്കൊണ്ട് നികത്തിയെടുക്കാൻ അവർക്കു സാധ്യമല്ല. കാരണം ആ ചരക്കുകൾക്കുള്ള ഡിമാന്റ് കൂടിയിട്ടില്ല. അപ്പോൾ അവരുടെ വരവ് കുറയുന്നു. ആ കുറഞ്ഞ വരവിൽനിന്ന് അവർക്ക് അതേ അവശ്യ വസ്തുക്കൾ കൂടുതൽ വിലകൊടുത്തു വാങ്ങേണ്ടിവരുന്നു. അതു കൊണ്ടുമായില്ല. വരവു കുറഞ്ഞതുകൊണ്ട് സുഖഭോഗസാമഗ്രികൾ ക്കുവേണ്ടി മുമ്പത്തത്ര ചെലവാക്കാനില്ല. അതുകൊണ്ട് അവരുടെ ചരക്കുകൾക്കുള്ള പരസ്പരാവശ്യം കുറയുന്നു. അങ്ങനെ ഡിമാന്റ് കുറയുന്നതിന്റെ ഫലമായി അവരുടെ ചരക്കുകളുടെ വില കുറയുന്നു. അതുകൊണ്ട് ഈ വ്യവസായശാഖകളിൽ ലാഭനിരക്കു കുറയുന്നത് കൂലി നിരക്കിലുള്ള പൊതു വർധനവിന്റെ സരളാനുപാദത്തിൽ മാത്രമല്ല, കൂലിവർധനവിന്റെയും അവശ്യവസ്തുക്കളുടെ വിലക്കയറ്റത്തിന്റെയും സുഖഭോഗസാമഗ്രികളുടെ വിലയിടിവിന്റെയും മിശ്രാനുപാതത്തിലു മാണ്.

വ്യത്യസ്തവ്യവസായശാഖകളിൽ മുടക്കിയിട്ടുള്ള മൂലധനങ്ങളുടെ ലാഭനിരക്കുകളിലുള്ള ഈ വ്യത്യാസത്തിന്റെ അനന്തര ഫലമെന്താ യിരിക്കും? എന്തു കാരണത്താലായാലും ഉൽപ്പാദനത്തിന്റെ വ്യത്യസ്ത തുറകളിൽ ശരാശരിലാഭനിരക്കിൽ വ്യത്യാസം വരുമ്പോൾ പൊതുവി ലുണ്ടാകുന്ന അനന്തരഫലംതന്നെ. മൂലധനവും അധ്വാനവും കുറച്ചു ലാഭമുള്ള ശാഖകളിൽനിന്ന് കൂടുതൽ ലാഭമുള്ള ശാഖകളിലേക്ക് മാറ്റപ്പെടും. വ്യവസായത്തിന്റെ ഒരു ശാഖയിൽ വർധിച്ച ഡിമാന്റിന് ആനുപാതികമായി സപ്ളൈ വർധിക്കുകയും മറ്റു ശാഖകളിൽ കുറഞ്ഞ ഡിമാന്റനുസരിച്ച് സപ്ളൈ കുറയുകയും ചെയ്യുന്നതുവരെ ഈ മാറ്റം തുടർന്നുകൊണ്ടിരിക്കും. ഈ മാറ്റം വരുന്നതോടെ പൊതുലാഭനിരക്ക് വിവിധശാഖകളിൽ വീണ്ടും സമീകരിക്കപ്പെടും. വിവിധചരക്കുകൾക്കുള്ള ഡിമാന്റും അവയുടെ സപ്ളൈയും തമ്മിലുള്ള അനുപാതം മാറിയതു

കൊണ്ടു മാത്രമാണ് ഈ ക്രമഭംഗം മുഴുവനുമുണ്ടായതെന്നതിനാൽ കാരണം ഇല്ലാതാവുന്നതോടെ കാര്യവും ഇല്ലാതാവുന്നു. വിലകൾ അവയുടെ പഴയതലത്തിലും സന്തുലിതാവസ്ഥയിലും തിരിച്ചെത്തുന്നു. കൂലിവർധനവിന്റെ ഫലമായി ലാഭനിരക്കിലുണ്ടാവുന്ന കുറവ് ചില വ്യവസായശാഖകളിൽ മാത്രം ഒതുങ്ങിനിൽക്കുന്നതിനുപകരം സാമാന്യ മായിത്തീരുന്നു. ഞങ്ങളുടെ ധാരണയനുസരിച്ച്, അധ്വാനത്തിന്റെ ഉൽപ്പാ ദനശക്തിയിലോ ഉൽപ്പന്നങ്ങളുടെ ആകത്തുകയിലോ മാറ്റമുണ്ടാവുന്നില്ല, എന്നാൽ ആ ഉൽപ്പന്നങ്ങളുടെ തുക രൂപംമാറിയിട്ടുണ്ടാവും. ഉൽപ്പ ന്നങ്ങളുടെ വലിയ ഭാഗം അവശ്യവസ്തുക്കളുടേയും ചെറിയഭാഗം സുഖഭോഗസാമഗ്രികളുടേയും രൂപത്തിൽ നിലനിൽക്കും. അഥവാ, മറ്റൊരു വിധത്തിൽ പറഞ്ഞാൽ, ചെറിയ ഭാഗമായിരിക്കും വിദേശസുഖ ഭോഗസാമഗ്രികൾക്കുവേണ്ടി കൈമാറ്റം ചെയ്യപ്പെടുന്നതും മൂലരൂപത്തിൽ ഉപയോഗിക്കപ്പെടുന്നതും. അഥവാ, സ്വന്തം നാട്ടിലുണ്ടാവുന്ന ഉൽപ്പ ന്നങ്ങളുടെ കൂടുതൽ ഭാഗം സുഖഭോഗസാമഗ്രികൾക്കു പകരം വിദേശ ത്തുള്ള അവശ്യവസ്തുക്കൾക്കുവേണ്ടി കൈമാറ്റം ചെയ്യപ്പെടുമെന്നർഥം. അതുകൊണ്ട് കൂലിനിരക്കിലുള്ള പൊതുവർധനവ് കമ്പോളവിലകളിൽ താൽക്കാലികമായി ഒരിളക്കമുണ്ടാക്കിയശേഷം ലാഭനിരക്ക് പൊതുവിൽ കുറയുന്നതിനുമാത്രമേ ഇടയാക്കൂ. ചരക്കുകളുടെ വിലയിൽ സ്ഥായി യായ മാറ്റം അതുളവാക്കുകയില്ല.

കൂടുതലായി കിട്ടുന്ന കൂലി മുഴുവനും അവശ്യവസ്തുക്കൾക്കു വേണ്ടി ചെലവഴിക്കുന്നതായി മുകളിൽ കൊടുത്തിട്ടുള്ള വാദമുഖത്തിൽ ഞാൻ സങ്കൽപ്പിച്ചിരുന്നുവെന്ന് പറയുകയാണെങ്കിൽ, മി. വെസ്റ്റന്റെ അഭിപ്രായത്തിന് ഏറ്റവും പ്രയോജനപ്രദമായ സങ്കൽപ്പനമാണ് ഞാൻ നടത്തിയിട്ടുള്ളതെന്നാണ് എനിക്കു മറുപടിയായി പറയാനുള്ളത്. കൂടുതൽ കിട്ടിയ കൂലി തൊഴിലാളികൾ മുമ്പ് ഉപയോഗിക്കാതിരുന്ന സാധനങ്ങൾക്കുവേണ്ടിയാണ് ചെലവിടുന്നതെങ്കിൽ അവരുടെ ക്രയ ശക്തി യഥാർഥത്തിൽ വർധിച്ചിട്ടുണ്ടെന്നതിന് തെളിവു ഹാജരാക്കേണ്ട യാവശ്യമില്ല. എന്നാൽ കൂലി കൂട്ടിയതിൽ നിന്നുമാത്രം ഉളവായ തുകൊണ്ട് അവരുടെ ക്രയശക്തിയിലുള്ള ഈ വർധനവ് മുതലാളി മാരുടെ ക്രയശക്തിയിലുള്ള കുറവിന് കൃത്യമായി അനുസൃതമായി രിക്കണം. അതുകൊണ്ട് ചരക്കുകൾക്കുള്ള മൊത്തം ഡിമാന്റ് കൂടുക യില്ല. എന്നാൽ ആ ഡിമാന്റിന്റെ ഘടകങ്ങളിൽ മാറ്റമുണ്ടാവും. ഒരു വശത്തുകൂടുന്ന ഡിമാന്റിനെ മറുവശത്ത് കുറയുന്ന ഡിമാന്റ് സമ നിലയിലാക്കും. അങ്ങനെ മൊത്തം ഡിമാന്റിൽ മാറ്റമില്ലാത്തതു കൊണ്ട് ചരക്കുകളുടെ കമ്പോള വിലയിൽ യാതൊരു മാറ്റവുമുണ്ടാകാൻ സാധ്യമല്ല.

അങ്ങനെ നാം ഒരു വിഷമസന്ധിയിലെത്തുന്നു. ഒന്നുകിൽ കൂടുതൽ കിട്ടിയ കൂലി എല്ലാ ഉപഭോഗസാമഗ്രികൾക്കുംവേണ്ടി ഒരു പോലെ ചെലവാക്കുന്നു; അങ്ങനെയാണെങ്കിൽ തൊഴിലാളിവർഗത്തിന്റെ ഡിമാന്റിലുള്ള വർധനവിനെ മുതലാളി വർഗത്തിന്റെ ഡിമാന്റിലുണ്ടാ കുന്ന കുറവ് നികത്തുന്നതാണ്. അല്ലെങ്കിൽ കൂടുതൽ കിട്ടിയ കൂലി

ചില സാമഗ്രികൾക്കുവേണ്ടി മാത്രമേ ചെലവാക്കുന്നുള്ളൂ. അങ്ങനെയാ ണെങ്കിൽ അവയുടെ കമ്പോളവില താൽക്കാലികമായി വർധിക്കും. അപ്പോൾ ചില വ്യവസായശാഖകളുടെ ലാഭനിരക്കിൽ അതുമൂലമുണ്ടാ വുന്ന വർധനവും മറ്റു വ്യവസായശാഖകളുടെ ലാഭനിരക്കിൽ അതുമൂലമുണ്ടാവുന്ന കുറവും മൂലധനത്തിന്റേയും അധ്വാനത്തിന്റേയും വിതരണത്തിൽ മാറ്റമുണ്ടാക്കും. സപ്ലൈയെ ഒരു വ്യവസായ ശാഖ യിലെ വർധിച്ച ഡിമാന്റിന്റെ നിലവാരത്തിലേക്ക് ഉയർത്തുകയും മറ്റു വ്യവസായശാഖകളിലെ കുറഞ്ഞ ഡിമാന്റിന്റെ നിലവാരത്തിലേക്ക് താഴ്ത്തുകയും ചെയ്യുന്നതുവരെ ഈ മാറ്റം തുടർന്നുകൊണ്ടിരിക്കും. ഒരു സങ്കൽപ്പനമനുസരിച്ച് ചരക്കുകളുടെ വിലയിൽ മാറ്റമുണ്ടാവുകയില്ല. മറ്റേ സങ്കൽപ്പനമനുസരിച്ച് കമ്പോളവിലകളിലെ ചില ഏറ്റക്കു റച്ചിലുകൾക്ക് ശേഷം ചരക്കുകളുടെ വിനിമയമൂല്യങ്ങൾ പഴയ നിലവാര ത്തിൽ തിരിച്ചെത്തും. രണ്ടു സങ്കൽപ്പനങ്ങളനുസരിച്ചായാലും കൂലിനിര ക്കിലെ പൊതുവർധനവിന്റെ അന്തിമ ഫലമായി ലാഭനിരക്കു പൊതുവി ൽ കുറയുമെന്നല്ലാതെ മറ്റൊന്നുമുണ്ടാവുകയില്ല.

നിങ്ങളുടെ ഭാവനാശക്തിയെ ഇളക്കിവിടാൻ വേണ്ടി മി. വെസ്റ്റൺ നിങ്ങളോടഭ്യർഥിച്ചു, ഇംഗ്ലണ്ടിലെ കർഷകത്തൊഴിലാളികളുടെ കൂലി പൊതുവിൽ 9 ഷില്ലിങ്ങിൽ നിന്ന് 18 ഷില്ലിങ്ങായി വർധിപ്പിച്ചാൽ ഉണ്ടാകാവുന്ന വിഷമതകളെപ്പറ്റി നിങ്ങൾ ചിന്തിക്കണമെന്ന്. അവശ്യവ സ്തുക്കൾക്കുള്ള ഡിമാന്റിലുണ്ടാവുന്ന വമ്പിച്ച വർധനവും അതിന്റെ ഫലമായി അവയുടെ വിലയിലുണ്ടാവുന്ന ഭയാനകമായ കയറ്റവും ഒന്നാ ലോചിച്ചുനോക്കാൻ അദ്ദേഹം ഉൽബോധിപ്പിച്ചു. കാർഷികോൽ പ്പന്നങ്ങളുടെ വില അമേരിക്കയിൽ ഇംഗ്ലണ്ടിലേതിനെക്കാൾ കുറവാ ണെങ്കിലും, മൂലധനവും അധ്വാനവും തമ്മിലുള്ള സാമാന്യബന്ധങ്ങൾ ഇംഗ്ലണ്ടിലും അമേരിക്കയിലും ഒരുപോലാണെങ്കിലും, അമേരിക്കയിലെ വാർഷികോൽപ്പാദനം ഇംഗ്ലണ്ടിലേതിനേക്കാൾ വളരെ കുറവാണെ ങ്കിലും, ഒരു അമേരിക്കൻ കർഷകത്തൊഴിലാളിയുടെ ശരാശരി കൂലി ഇംഗ്ലീഷ് കർഷകത്തൊഴിലാളിയുടേതിന്റെ ഇരട്ടിയിലധികമുണ്ടെന്നു നിങ്ങൾക്കെല്ലാവർക്കുമറിയാം. പിന്നെന്തിനാണ് നമ്മുടെ സ്നേഹിതൻ ഈ അപകടമണി മുഴക്കുന്നത്? നമ്മുടെ മുമ്പിലുള്ള യഥാർഥ പ്രശ്നം മാറ്റാൻവേണ്ടി മാത്രം. കൂലി 9 ഷില്ലിങ്ങിൽ നിന്ന് പെട്ടെന്ന് 18 ഷില്ലിങ്ങാക്കി കൂട്ടിയാൽ പെട്ടെന്ന് 100% വർധിപ്പിക്കുന്നുവെന്നാണ് അർഥം. ഇംഗ്ലണ്ടിലെ പൊതു കൂലി നിരക്ക് പെട്ടെന്ന് 100% വർധിപ്പിക്കാൻ കഴിയുമോ എന്ന പ്രശ്നമേയല്ല നമ്മൾ ചർച്ചചെയ്യേണ്ടത്. വർധനവിന്റെ അളവ് ഒരു പ്രശ്നമേയല്ല. ഓരോ സന്ദർഭത്തിലും അന്നത്തെ സാഹചര്യങ്ങളെ ആശ്രയിച്ചും അവയ്ക്ക് അനുയോജ്യമായ വിധത്തി ലുമായിരിക്കണം അത്. കൂലി നിരക്കിലുള്ള ഒരു പൊതു വർധനവ്, അത് ഒരുശതമാനമായി പരിമിതപ്പെടുത്തിയാൽപ്പോലും, എന്തെന്തുഫല ങ്ങളുളവാക്കുമെന്ന് അന്വേഷിക്കുകമാത്രമാണ് നമ്മുടെ ചുമതല. വെസ്റ്റന്റെ ഭാവനയിലുള്ള 100% വർധനവിനെ മാറ്റിനിർത്തിയിട്ടു ഗ്രേറ്റ് ബ്രിട്ടണിൽ 1849 നും 1859 നും ഇടക്ക് കൂലിയിലുണ്ടായ യഥാർഥ വർ ധനവിലേക്ക് നിങ്ങളുടെ ശ്രദ്ധയെ ക്ഷണിക്കാൻ ഞാൻ ആഗ്രഹിക്കുന്നു.

1848 തൊട്ട് ഏർപ്പെടുത്തിയ പത്തുമണിക്കൂർ ബില്ലിനെപ്പറ്റി-കുറച്ചുകൂടി കൃത്യമായിപ്പറഞ്ഞാൽ, പത്തരമണിക്കൂർ ബില്ലിനെപ്പറ്റി - നിങ്ങൾക്കെല്ലാവർക്കും അറിവുള്ളതാണല്ലോ. നമ്മൾ കണ്ടിട്ടുള്ള സാമ്പത്തിക പരിവർത്തനങ്ങളിൽ വച്ച് ഏറ്റവും വലിയ ഒന്നായിരുന്നു അത്. ചില പ്രാദേശിക തൊഴിലുകളിലല്ല, ലോക കമ്പോളങ്ങളുടെ മേലുള്ള ഇംഗ്ലണ്ടിന്റെ നിയന്ത്രണത്തിന് കാരണഭൂതമായ പ്രമുഖ വ്യവസായ ശാലകളിൽ പെട്ടെന്നും നിർബന്ധമായും ഏർപ്പെടുത്തിയ കൂലി വർധനവായിരുന്നു അത്. വിശേഷിച്ചും പ്രതികൂലമായ സാഹചര്യങ്ങളിൽ നടന്ന ഒരു കൂലി വർധനവായിരുന്നു അത്. അത് ഇംഗ്ലിഷ് വ്യവസായത്തിന്റെ മരണമണി മുഴക്കുമെന്ന് ഡോക്ടർ യൂറും പ്രൊഫസർ സീനിയറും ബുർഷ്വാസിയുടെ മറ്റെല്ലാ ഔദ്യോഗിക സാമ്പത്തിക ജിഹ്വകളും നമ്മുടെ സ്നേഹിതൻ വെസ്റ്റണെക്കാൾ എത്രയോ ശക്തിമത്തായ വാദമുഖങ്ങൾ ഉന്നയിച്ചുകൊണ്ട് സ്ഥാപിക്കുകയുണ്ടായി. അതു വെറും കൂലിവർധനവ് മാത്രമല്ലെന്നും, ഏർപ്പെടുത്തുന്ന അധ്വാനത്തിന്റെ അളവ് കുറക്കൽ വിളിച്ചുവരുത്തിയതും അതിനെ അടിസ്ഥാനമാക്കിയതുമായ ഒരു കൂലിവർധനവാണതെന്നും അവർ സ്ഥാപിച്ചു. മുതലാളിയിൽ നിന്നും എടുത്തുമാറ്റാൻ ഉദ്ദേശിക്കുന്ന 12-ാം മണിക്കൂർ തന്നെയാണ് അയാൾക്കു ലാഭമുണ്ടാക്കിക്കൊടുക്കുന്ന ഒരേയൊരു മണിക്കൂറെന്ന് അവർ വാദിച്ചു. സഞ്ചയം കുറയുമെന്നും വില കൂടുമെന്നും കമ്പോളങ്ങൾ നഷ്ടപ്പെടുമെന്നും ഉൽപ്പാദനം ചുരുങ്ങുമെന്നും അതിന്റെ പ്രത്യാഘാതം കൂലിയിലുണ്ടാകുമെന്നും അന്തിമമായി സർവതും നശിക്കുമെന്നും അവർ ഭീഷണിപ്പെടുത്തി. ഇതുമായി തട്ടിച്ചുനോക്കുമ്പോൾ മക്സി മില്യാൻ റൊബെസ്പേറിന്റെ മാക്സിമം നിയമങ്ങൾ[3] നിസ്സാരമാണെന്ന് അവർ പ്രഖ്യാപിക്കുകവരെ ചെയ്തു. ഒരർഥത്തിൽ അവർ പറഞ്ഞതു ശരിയുമായിരുന്നു. എന്നിട്ട് എന്തായിരുന്നു ഫലം? തൊഴിൽ ദിവസം വെട്ടിക്കുറച്ചിട്ടുപോലും ഫാക്ടറി തൊഴിലാളികളുടെ പണമായ കൂലിയിൽ വർധനവ്, ഫാക്ടറിയിൽ പണിക്കെടുത്ത തൊഴിലാളികളുടെ എണ്ണത്തിൽ വമ്പിച്ച വർധനവ്, അവയുടെ ഉൽപ്പന്നങ്ങളുടെ വിലയിൽ തുടർച്ചയായ കുറവ്, അവയിലെ അധ്വാനത്തിന്റെ ഉൽപ്പാദനശക്തിക്ക് അത്ഭുതാവഹമായ വളർച്ച, അവയുടെ കമ്പോളങ്ങൾക്ക് അഭൂതപൂർവമായ തോതിൽ വർധിച്ചുകൊണ്ടിരിക്കുന്ന വികാസം. താനും ഡോക്ടർ യൂറും സീനിയറും ധനശാസ്ത്രത്തിന്റെ മറ്റെല്ലാ ഔദ്യോഗികവക്താക്കളും പറഞ്ഞത് തെറ്റായിരുന്നുവെന്നും ജനങ്ങളുടെ സഹജബുദ്ധി ശരിയായിരുന്നുവെന്നും 1860-ൽ മാഞ്ചസ്റ്ററിൽ നടന്ന ശാസ്ത്രോന്നമനസമാജത്തിന്റെ യോഗത്തിൽവെച്ച് മി. ന്യൂമാൻ സമ്മതിക്കുന്നത് ഞാൻ തന്നെ കേട്ടിട്ടുണ്ട്. ഞാൻ ഉദ്ദേശിക്കുന്നത് മി. ഡബ്ല്യു ന്യൂമാനെയാണ്, പ്രെഫസർ ഫ്രാൻസിസ് ന്യൂമാനെയല്ല.[4] കാരണം, മി. തോമസ് ടൂക്കിന്റെ 'വിലകളുടെ ചരിത്ര'ത്തിന്റെ - 1793 മുതൽ 1856 വരെയുള്ള വിലകളുടെ ചരിത്രം വരച്ചുകാട്ടുന്ന ആ ഒന്നാന്തരം കൃതിയുടെ-സഹലേഖകനും എഡിറ്ററുമെന്ന നിലയിൽ അദ്ദേഹം ധനശാസ്ത്രത്തിൽ ഒരു സമുന്നതസ്ഥാനം

അലങ്കരിക്കുന്നുണ്ട്. സ്ഥിരമായ കൂലി, സ്ഥിരമായ ഉൽപ്പാദനയളവ്, അധ്വാനത്തിന്റെ സ്ഥിരമായ തോതിലുള്ള ഉൽപ്പാദനശക്തി, മുതലാളി മാരുടെ സ്ഥിരവും മാറ്റവുമില്ലാത്തതുമായ ഹിതം, എന്നിങ്ങനെ സർവതും സ്ഥിരവും അന്തിമവുമാണെന്ന നമ്മുടെ സ്നേഹിതൻ വെസ്റ്റന്റെ സ്ഥിരം ധാരണ ശരിയായിരുന്നെങ്കിൽ പ്രൊഫസർ സീനിയറിന്റെ മ്ലാനമായ പ്രവചനം ഫലിക്കുമായിരുന്നു. തൊഴിൽ ദിവസത്തെ പൊതുവായി പരിമിതപ്പെടുത്തുന്നത് തൊഴിലാളിവർഗ വിമോചനത്തി[5]നുള്ള ആദ്യ ത്തെ പ്രാരംഭ നടപടിയാണെന്ന് 1815-ൽ തന്നെ പ്രഖ്യാപിക്കുകയും പൊതുവിൽ നിലനിന്നിരുന്ന മുൻവിധികളെ വിലവയ്ക്കാതെ ന്യൂ ലനാർക്കിലുള്ള തന്റെ പരുത്തി ഫാക്ടറിയിൽ അതു യഥാർഥത്തിൽ നടപ്പാക്കുകയും ചെയ്ത റോബർട്ട് ഓവൻ തെറ്റുപറ്റുമായിരുന്നു.

പത്തുമണിക്കൂർ ബില്ല് ഏർപ്പെടുത്തുകയും അതിന്റെ ഫലമായി കൂലി കൂടുകയും ചെയ്ത അതേ കാലഘട്ടത്തിൽത്തന്നെ ഗ്രേറ്റ് ബ്രിട്ട ണിൽ കർഷകത്തൊഴിലാളികളുടെ കൂലിയിലും ഒരു പൊതുവർധനവു ണ്ടായി. അതിനുള്ള കാരണങ്ങൾ ഇവിടെ പറയുന്നത് അസ്ഥാന ത്തായിരിക്കും.

എന്റെ ഉടനടിയുള്ള ലക്ഷ്യത്തിന് ആവശ്യമല്ലെങ്കിൽക്കകൂടി നിങ്ങൾ ക്കു തെറ്റിധാരണയുണ്ടാകാതിരിക്കാൻ വേണ്ടി ഞാൻ മുഖവുര യായി ചിലകാര്യങ്ങൾ പറയാം.

ഒരാൾക്ക് ഒരാഴ്ചയിൽ രണ്ടു ഷില്ലിങ് കൂലികിട്ടുകയും അതു നാലു ഷില്ലിങ്ങായി വർധിക്കുകയും ചെയ്താൽ കൂലിനിരക്ക് 100% വർധിക്കും. കൂലിനിരക്കിലുള്ള വർധനവായി പറയുമ്പോൾ ഇത് വളരെ നല്ലൊരു കാര്യമായി തോന്നാം. എന്നാൽ യഥാർഥത്തിലുള്ള കൂലി- ആഴ്ചയിൽ നാല് ഷില്ലിങ്- ദയനീയമാം വണ്ണം തുച്ഛമായ പട്ടിണിക്കൂലിയായിത്ത ന്നെ തുടരുന്നു. അതുകൊണ്ട് കൂലിനിരക്കിന്റെ ഉഗ്രൻ ശതമാനങ്ങൾ കണ്ട് ഭ്രമിച്ചുവശാകരുത്. ആദ്യം കിട്ടിയിരുന്ന തുകയെന്തായിരുന്നുവെന്ന് എപ്പോഴും ചോദിക്കണം

മാത്രമല്ല, പത്തുപേർക്ക് ആഴ്ചയിൽ 2 ഷില്ലിങ് വീതവും അഞ്ചു പേർക്ക് 5 ഷില്ലിങ് വീതവും അഞ്ചുപേർക്ക് 11 ഷില്ലിങ് വീതവുമാണ് കിട്ടുന്നതെങ്കിൽ ഇരുപതുപേർക്കും കൂടി ആഴ്ചയിൽ 100 ഷില്ലിങ്ങ് അഥവാ 5 പവൻകിട്ടും. അവർക്ക് ഒരാഴ്ചത്തെ കൂലിയായി കിട്ടുന്ന മൊത്തം തുക 20 ശതമാനം കൂടിയാൽ അത് 5 പവനിൽ നിന്ന് 6 പവനാ യി വർധിക്കും. പൊതുകൂലി നിരക്ക് ശരാശരി 20 ശതമാനം വർധിച്ചെന്ന് നമുക്ക് പറയാവുന്നതാണ്. എന്നാൽ വാസ്തവത്തിൽ പത്തുപേരുടെ കൂലിയിൽ മാറ്റമുണ്ടായിട്ടില്ല. അഞ്ചുപേരുടെ കൂലി 5-ൽ നിന്ന് 6 ഷില്ലിങ്ങായി ഉയർന്നിട്ടേയുള്ളൂ. മറ്റേ അഞ്ചുപേരുടെ കൂലി 55 ഷില്ലിങ്ങിൽ നിന്ന് 70 ഷില്ലിങ്ങായി ഉയർന്നിട്ടുമുണ്ട്. പകുതിപ്പേരുടെ സ്ഥിതി ഒട്ടും മെച്ചപ്പെട്ടിട്ടില്ല. കാൽഭാഗത്തിന്റെ സ്ഥിതി നിസാരമായി മെച്ചപ്പെട്ടിട്ടുണ്ട്. ബാക്കി കാൽഭാഗത്തിന്റെ മാത്രം സ്ഥിതിയാണ് യഥാർഥത്തിൽ മെച്ചപ്പെട്ടിട്ടുള്ളത്. എങ്കിലും ശരാശരിയെടുത്താൽ ആ ഇരുപതുപേരുടെ കൂലി 20 ശതമാനം വർധിച്ചിട്ടുണ്ട്. അവരെ പണിക്കെടുത്തിട്ടുള്ള മൊത്തം

മൂലധനത്തെ സംബന്ധിച്ചിടത്തോളവും അവർ ഉൽപ്പാദിപ്പിക്കുന്ന ചരക്കുകളുടെ വിലയെ സംബന്ധിച്ചിടത്തോളവും ശരാശരി കൂലിവർധ നവിന്റെ തുല്യമായ ഓഹരി അവർക്കെല്ലാവർക്കും കിട്ടിയിരിക്കുന്നതു പോലെ തന്നെയാണിത്. കർഷകത്തൊഴിലാളികളുടെ കാര്യമാണെങ്കിൽ, ഇംഗ്ലണ്ടിലെയും സ്കോട്ലണ്ടിലെയും വിവിധ കൗണ്ടികളിലെ സാധാരണ കൂലി തമ്മിൽ വളരെയേറെ വ്യത്യാസമുണ്ടായിരുന്നതുകൊ ണ്ട് കൂലി വർധനവ് അവരെ വളരെയേറെ അസമമായിട്ടാണ് ബാധിച്ചത്.

അവസാനമായി കൂലിവർധനവുണ്ടായ കാലഘട്ടത്തിൽ തന്നെ, റഷ്യൻ യുദ്ധ[7]ത്തിന്റെ ഫലമായി പുതിയ നികുതികൾ ചുമത്തിയതും കർഷകത്തൊഴിലാളികളുടെ പാർപ്പിടങ്ങൾ വിപുലമായ തോതിൽ നശിപ്പിച്ചതും[7] മറ്റും നേരെ വിപരീതമായ സ്വാധീനം ചെലുത്തുക യുണ്ടായി.

ഇത്രയും മുഖവുരയായി പറഞ്ഞുകഴിഞ്ഞ സ്ഥിതിക്ക് ഗ്രേറ്റ് ബ്രിട്ടണിലെ കർഷകത്തൊഴിലാളികളുടെ ശരാശരി കൂലി നിരക്കിൽ 1849-നും 1859-നുമിടക്ക് 40 ശതമാനത്തോളം വർധനവുണ്ടായിട്ടുണ്ടെന്ന് പറഞ്ഞുകൊള്ളട്ടെ. ഈ പ്രസ്താവത്തിന് ഉപോൽബലകമായി ധാരാളം വസ്തുതകൾ നിരത്തിവയ്ക്കാൻ എനിക്കുകഴിയും. എന്നാൽ ഇപ്പോഴ ത്തെ ഉദ്ദേശ്യത്തിന്, "കൃഷിയിൽ പ്രയോഗിക്കപ്പെടുന്ന ശക്തികൾ" എന്ന വിഷയത്തെപ്പറ്റി 1859-ൽ മി. ജോൺ സി മോർട്ടൺ ലണ്ടനിലെ സൊസൈറ്റി ഓഫ് ആർട്സിൽ അവതരിപ്പിച്ച ആത്മാർഥവും വിമര ശനപരവുമായ പ്രബന്ധത്തിലേക്ക് നിങ്ങളുടെ ശ്രദ്ധ ക്ഷണിച്ചാൽ മതിയാകുമെന്നു തോന്നുന്നു. സ്കോട്ലണ്ടിലെ പന്ത്രണ്ടും ഇംഗ്ലണ്ടി ലെ മുപ്പത്തഞ്ചും കൗണ്ടികളിൽ താമസിക്കുന്ന നൂറോളം കൃഷിയുട മസ്ഥന്മാരിൽനിന്നു ശേഖരിച്ച ബില്ലുകളിൽ നിന്നും മറ്റ് അധികൃത രേഖകളിൽ നിന്നുമാണ് മി. മോർട്ടൺ ആ കണക്കുകൾ നൽകിയി ട്ടുള്ളത്.

നമ്മുടെ സ്നേഹിതൻ വെസ്റ്റന്റെ അഭിപ്രായമനുസരിച്ചും ഫാക്ടറി തൊഴിലാളികൾക്ക് അതേസമയത്തു ലഭിച്ച കൂലിക്കയറ്റം കണക്കിലെ ടുത്താലും 1849–1859 കാലഘട്ടത്തിൽ കാർഷികോൽപ്പന്നങ്ങളുടെ വില കുതിച്ചു കയറേണ്ടതായിരുന്നു. എന്നാൽ സംഭവിച്ചതെന്താണ്? റഷ്യൻ യുദ്ധമുണ്ടായിട്ടും അതിനുശേഷം 1854-നും 1856-നുമിടയ്ക്കുള്ള കാലത്തെ വിളവുമോശമായിട്ടും ഇംഗ്ലണ്ടിലെ മുഖ്യകാർഷികോൽ പ്പന്നമായ ഗോതമ്പിന്റെ ശരാശരി വില 1838-നും 1848-നുമിടയ്ക്ക് ഒരു ക്വാർട്ടറിന് 3 പവനോളമായിരുന്നത് 1849-നും 1859-നുമിടക്ക് ഏകദേശം 2 പവൻ 10 ഷില്ലിങ്ങായി കുറഞ്ഞു. എന്നുവച്ചാൽ കർഷകത്തൊഴിലാളി കളുടെ ശരാശരി കൂലി 40 ശതമാനം കൂടിയതോടൊപ്പംതന്നെ ഗോതമ്പിന്റെ വില 16 ശതമാനത്തിലധികം കുറഞ്ഞെന്നർഥം. ഇതേ കാലഘട്ടത്തിന്റെ ആദ്യ വർഷവും അവസാന വർഷവും —1849 – ഉം 1859 –ഉം– താരതമ്യപ്പെടുത്തി നോക്കിയാൽ ഔദ്യോഗിക കണക്കനു സരിച്ച് പാപ്പരായവരുടെ എണ്ണം 934,419-ൽ നിന്ന് 860,470 ആയി കുറഞ്ഞെന്നുകാണാം. വ്യത്യാസം 73,949. ഇത് വളരെ ചെറിയൊരു

കുറവാണെന്നും തുടർന്നുള്ള വർഷങ്ങളിൽ അത് വീണ്ടും ഇല്ലാതാ യെന്നും ഞാൻ സമ്മതിക്കുന്നു. എങ്കിലും അതൊരു കുറവുതന്നെയാണ്.

ധാന്യ നിയമങ്ങൾ റദ്ദാക്കിയതിന്റെ ഫലമായി 1838 മുതൽ 1848 വരെയുള്ള കാലത്തെ അപേക്ഷിച്ച് 1849 മുതൽ 1859 വരെയുള്ള കാലത്ത് വിദേശത്തുനിന്നുള്ള ഭക്ഷ്യധാന്യങ്ങളുടെ ഇറക്കുമതി ഇരട്ടിയിലധിക മായിരുന്നുവെന്നു പറഞ്ഞേക്കാം. അതുകൊണ്ടെന്താ? മി. വെസ്റ്റന്റെ നിലപാടിൽ നിന്ന് നോക്കുമ്പോൾ വിദേശ കമ്പോളങ്ങളിന്മേലുള്ള ഈ പെട്ടെന്നുള്ളതും വമ്പിച്ചതും അനുസ്യൂതം വർധിച്ചുകൊണ്ടിരിക്കുന്ന തുമായ ഡിമാന്റ് അവിടത്തെ കാർഷികോൽപ്പന്നങ്ങളുടെ വിലയെ ഭയാനകമാംവണ്ണം ഉയർത്തേണ്ടതാണ്. രാജ്യത്തിനകത്തു നിന്നായാലും പുറത്തു നിന്നായാലും ഡിമാന്റ് കൂടുമ്പോൾ ഫലം ഒന്നുതന്നെയാ ണല്ലോ. എന്നാൽ സംഭവിച്ചതെന്താണ്? വിളവ് മോശമായിരുന്ന ചില വർഷങ്ങളൊഴിച്ചാൽ അക്കാലത്താകെതന്നെ ഭക്ഷ്യധാന്യങ്ങളുടെ വിനാശകരമായ വിലയിടിവ് ഫ്രാൻസിൽ ആവലാതിക്കിടയാക്കിയ ഒരു സ്ഥിരം വിഷയമായിരുന്നു. മിച്ചധാന്യങ്ങൾ കത്തിച്ചുകളയാൻ അമേരി ക്കക്കാർ വീണ്ടും വീണ്ടും നിർബന്ധിതരായി. തങ്ങളുടെ കാർഷികോൽ പ്പന്നങ്ങളുടെ കയറ്റുമതി യൂറോപ്യൻ കമ്പോളങ്ങളിലെ യാങ്കികളുടെ മത്സരം മൂലം തകർന്നതുകൊണ്ട് റഷ്യ അമേരിക്കയിൽ ആഭ്യന്തരയുദ്ധം കുത്തിപ്പൊക്കിയെന്നാണ് മി. ഉർക്കാർട്ട് പറയുന്നത്.

അമൂർത്തരൂപത്തിലേക്ക് ചുരുക്കിയാൽ മി. വെസ്റ്റന്റെ വാദത്തിന്റെ അർഥം ഇതാണ് : ഒരു നിശ്ചിത ഉൽപ്പാദന അളവിന്റെ അടിസ്ഥാന ത്തിലാണ് ഡിമാന്റ് എപ്പോഴും കൂടുന്നത്. അതുകൊണ്ട് ഡിമാന്റുള്ള സാധനങ്ങളുടെ സപ്ലൈ വർധിപ്പിക്കാൻ അതിനൊരിക്കലും സാധ്യമല്ല. അവയുടെ പണരൂപത്തിലുള്ള വില കൂട്ടാനേ കഴിയൂ. ഡിമാന്റ് കൂടു മ്പോൾ ചിലപ്പോൾ ചരക്കുകളുടെ കമ്പോളവിലയിൽ യാതൊരു മാറ്റവുമുണ്ടാവുകയില്ലെന്നും മറ്റുചില സന്ദർഭങ്ങളിൽ കമ്പോളവില തൽക്കാലത്തേക്ക് കൂടുമെങ്കിലും അതെത്തുടർന്ന് സപ്ലൈ വർധി ക്കുമ്പോൾ വില പഴയ നിലവാരത്തിലേക്കും പലപ്പോഴും പഴയതി നേക്കാൾ താണ നിലവാരത്തിലേക്കും കുറയുമെന്നും അങ്ങേയറ്റം സാധാരണമായ നിരീക്ഷണത്തിൽനിന്നുതന്നെ കാണാവുന്നതാണ്. ഡിമാന്റു കൂടുന്നത് കൂലി കൂടിയതുകൊണ്ടാണോ മറ്റേതെങ്കിലും കാരണങ്ങളാലാണോ എന്നത് പ്രശ്നത്തിന് യാതൊരു മാറ്റവും വരുത്തു ന്നില്ല. മി. വെസ്റ്റന്റെ നിലപാടുവെച്ചു നോക്കുമ്പോൾ കൂലിവർധനവിന്റെ അസാധാരണ സാഹചര്യങ്ങളിലുണ്ടാകുന്ന പ്രതിഭാസം വിശദീകരിക്കാ ൻ എത്രകണ്ട് വിഷമമമായിരുന്നൊ അത്രതന്നെ പൊതുവായ പ്രതിഭാസം വിശദീകരിക്കാനും വിഷമമമായിരുന്നു. അതുകൊണ്ട് നാം പരിഗണിക്കുന്ന വിഷയത്തെ സംബന്ധിച്ചിടത്തോളം അദ്ദേഹത്തിന്റെ വാദത്തിനു വിശേഷിച്ചു യാതൊരു പ്രസക്തിയുമില്ലായിരുന്നു. ഡിമാന്റു കൂടുമ്പോൾ അന്തിമഫലമെന്ന നിലയ്ക്ക് കമ്പോളവില കൂടുന്നതിനുപകരം സപ്ലൈ കൂടാനിടയാക്കുന്ന നിയമങ്ങൾ മനസ്സിലാക്കാനുള്ള അദ്ദേഹത്തിന്റെ കഴിവില്ലായ്മയെ മാത്രമാണ് അതു പ്രകടിപ്പിച്ചത്.

3

കൂലിയും നാണയവും

വാദപ്രതിവാദത്തിന്റെ രണ്ടാം ദിവസവും നമ്മുടെ സ്നേഹിതൻ വെസ്റ്റൺ തന്റെ പഴയ വാദങ്ങളെ പുതിയ രൂപത്തിലവതരിപ്പിച്ചു. അദ്ദേ ഹം പറഞ്ഞു പണമായുള്ള കൂലി പൊതുവിൽ വർധിക്കുന്നതിന്റെ ഫലമായി ആ കൂലി കൊടുക്കാൻ കൂടുതൽ നാണയം വേണ്ടിവരും. നാണയത്തിനു മാറ്റമില്ലാത്ത സ്ഥിതിക്ക് ആ മാറ്റമില്ലാത്ത നാണയം കൊണ്ട് പണമായുള്ള വർധിച്ച കൂലി കൊടുക്കാനെങ്ങനെ കഴിയും? പണമായുള്ള കൂലി വർധിച്ചിട്ടും തൊഴിലാളിയുടെ ഓഹരിയായിക്കിട്ടുന്ന ചരക്കുകളുടെ അളവിൽ മാറ്റമില്ലെന്നതായിരുന്നു മുമ്പത്തെ വൈഷമ്യം. ചരക്കുകളുടെ അളവിൽ മാറ്റമില്ലാഞ്ഞിട്ടും പണമായുള്ള കൂലി വർധിക്കുന്നുവെന്നതാണ് ഇപ്പോഴത്തെ വൈഷമ്യം. തീർച്ചയായും അദ്ദേ ഹത്തിന്റെ ആദ്യത്തെ സിദ്ധാന്തത്തെ നിരാകരിക്കുകയാണെങ്കിൽ അദ്ദേ ഹത്തിന്റെ രണ്ടാമത്തെ വൈഷമ്യം അപ്രത്യക്ഷമായിക്കൊള്ളും

എങ്കിലും ഈ നാണയപ്രശ്നത്തിന് നമ്മുടെ മുമ്പിലുള്ള വിഷയ വുമായി യാതൊരു ബന്ധവുമില്ലെന്നു ഞാൻ തെളിയിച്ചുതരാം.

നിങ്ങളുടെ രാജ്യത്ത് പണം കൊടുക്കാനുള്ള ഏർപ്പാട് യൂറോപ്പിലെ മറ്റെതൊരു രാജ്യത്തെക്കാളും കുറ്റമറ്റതാക്കിയിട്ടുണ്ട്. ബാങ്കിങ് വ്യവസ്ഥ യുടെ വ്യാപ്തിയും സാന്ദ്രീകരണവും മൂലം മൂല്യങ്ങളുടെ ഒരേ തുകയുടെ പരിക്രമണത്തിനും ഒരേഅളവിലോ കൂടുതലളവിലോ ബിസിനസു നട ത്താനും താരതമ്യേന വളരെക്കുറച്ചു നാണയത്തിന്റെ ആവശ്യമേയുള്ളു. ഉദാഹരണത്തിന്, കൂലിയെ സംബന്ധിച്ചാണെങ്കിൽ ഇംഗ്ലീഷ് ഫാക്ടറി തൊഴിലാളി തന്റെ കൂലി ആഴ്ചതോറും ഷോപ്പുടമസ്ഥനു കൊടുക്കുന്നു. അയാളത് ആഴ്ചതോറും ബാങ്കുകാരൻ കൊടുക്കുന്നു. അയാളത് ആഴ്ച തോറും ഫാക്ടറിയുടമയ്ക്ക് മടക്കിക്കൊടുക്കുന്നു. അയാളതു വീണ്ടും

തന്റെ തൊഴിലാളികൾക്ക് കൊടുക്കുന്നു, മറ്റും മറ്റും. ഈ ഏർപ്പാടു മൂലം ഒരു തൊഴിലാളിയുടെ ഒരാണ്ടത്തെ കൂലിയായ 52 പവൻ ആഴ്ചതോറും ഒരേ വൃത്തത്തിൽ ചുറ്റുന്ന ഒരൊറ്റ പവൻ നാണയംകൊണ്ട് കൊടുക്കാൻ കഴിയും. ഇംഗ്ലണ്ടിൽപ്പോലും ഈ ഏർപ്പാട് സ്കോട്ലണ്ടിലെപ്പോലെ അന്യൂനമല്ല. എല്ലായിടത്തും ഒരു പോലെ അന്യൂനമല്ല. അങ്ങനെ, ഉദാ ഹരണത്തിന്, തനി വ്യവസായ ജില്ലകളെ അപേക്ഷിച്ച് ചില കാർഷിക ജില്ലകളിൽ താരതമ്യേന വളരെക്കുറച്ചു മൂല്യങ്ങൾ പരിക്രമണംചെയ്യാൻ വളരെ കൂടുതൽ നാണയം ആവശ്യമാണ്.

ഇംഗ്ലീഷ് ചാനൽ കടന്നാൽ, അവിടെ പണമായിക്കിട്ടുന്ന കൂലി ഇംഗ്ലണ്ടിലേതിനേക്കാൾ വളരെക്കുറവാണെന്നും; എങ്കിലും ജർമനി, ഇറ്റലി, സ്വിറ്റ്സർലന്റ്, ഫ്രാൻസ് എന്നീ രാജ്യങ്ങളിൽ താരതമ്യേന വളരെക്കൂടുതൽ നാണയമാണ് അതിനു വേണ്ടിവരുന്നതെന്നും കാണാൻ കഴിയും. ഒരേ പവൻ നാണയത്തെ അത്രവേഗം ബാങ്കുകാരൻ ഇടയ്ക്കു വച്ചെടുക്കുകയോ വ്യവസായമുതലാളിക്കു മടക്കിക്കൊടുക്കുകയോ ചെയ്യുന്നില്ല. അതുകൊണ്ട് ഒരു പവൻ നാണയം ഒരാണ്ടത്തെ 52 പവൻ പരിക്രമണം ചെയ്യുന്നതിന് പകരം ഒരാണ്ടത്തെ കൂലിയായി 25 പവൻ പരിക്രമണം ചെയ്യാൻ ഒരുപക്ഷേ മൂന്നു പവൻ നാണയം ആവ ശ്യമായെന്നുവരും. അങ്ങനെ യൂറോപ്യൻ വൻകരയിലുള്ള രാജ്യങ്ങളെ ഇംഗ്ലണ്ടുമായി താരതമ്യപ്പെടുത്തി നോക്കുമ്പോൾ, പണമായുള്ള കുറഞ്ഞ കൂലിക്ക് പരിക്രമണംചെയ്യാൻ പണമായുള്ള കൂടിയ കൂലിയേ ക്കാൾ വളരെക്കൂടുതൽ നാണയം ആവശ്യമായി വന്നേക്കാമെന്നും നമ്മുടെ വിഷയവുമായിട്ട് യാതൊരു ബന്ധവുമില്ലാത്ത വെറുമൊരു സാങ്കേതികകാര്യം മാത്രമാണ് സത്യത്തിൽ ഇതെന്നും തൽക്ഷണം കാണാവുന്നതാണ്.

എനിക്കറിയാവുന്നതിൽവച്ച് ഏറ്റവും നല്ല കണക്കനുസരിച്ച് ഈ രാജ്യത്തെ തൊഴിലാളി വർഗത്തിന്റെ വാർഷിക വരുമാനം 25 കോടി പവനായി കണക്കാക്കാവുന്നതാണ്. ഈ വൻതുകയെ പരിക്രമണം ചെയ്യുന്നത് ഉദ്ദേശ്യം 30 ലക്ഷം പവനാണ്. കൂലി 50 ശതമാനം വർധി പ്പിച്ചെന്നിരിക്കട്ടെ. അപ്പോൾ 30 ലക്ഷത്തിനു പകരം 45 ലക്ഷം പവന്റെ നാണയം വേണ്ടിവരും. തൊഴിലാളിയുടെ നിത്യച്ചെലവിന്റെ ഗണ്യമാ യൊരംശം വെള്ളിയും ചെമ്പും തുട്ടുകളിൽ – അതായത് സ്വർണമായി മാറ്റാൻ വയ്യാത്ത കടലാസുപണത്തിന്റെ കാര്യത്തിലെന്നപോലെതന്നെ സ്വർണത്തെ അപേക്ഷിച്ചുള്ള മൂല്യമെത്രയെന്ന് നിയമം യഥേഷ്ടം നിശ്ചയിച്ചിട്ടുള്ള വെറും ടോക്കണുകളിൽ – ആയതുകൊണ്ട് പണമാ യുള്ള കൂലിയിൽ 50 ശതമാനം വർധനവ് ഏറിവന്നാൽ പത്തുലക്ഷം പവന്റെ സ്വർണനാണയം കൂടി ആവശ്യമാക്കി തീർക്കുമായിരിക്കും. ബാങ്ക് ഓഫ് ഇംഗ്ലണ്ടിന്റെയോ സ്വകാര്യ ബാങ്കുകളുടെയോ അറകളിൽ സ്വർണക്കട്ടികളോ തുട്ടുകളോ ആയി ഇപ്പോൾ അടങ്ങിക്കിടക്കുന്ന പത്തു ലക്ഷം കൂടി പ്രചരിക്കുമെന്നർഥം. കൂടുതലായ നാണയം ആവശ്യമാ

ണെന്ന വസ്തുതയിൽ നിന്ന് എന്തെങ്കിലും വൈഷമ്യമുളവാകുമെങ്കിൽ, ആ പത്തുലക്ഷം കൂടുതലായി അടിക്കേണ്ടി വരുന്നതുമൂലമോ അതിനു സംഭവിക്കുന്ന കൂടുതലായ തേയ്മാനം മൂലമോ ഉണ്ടാകുന്ന നിസാരമായ ചെലവ് പോലും ഒഴിവാക്കാവുന്നതാണ്. ഈ രാജ്യത്തെ നാണയം രണ്ട് വലിയ വകുപ്പുകളായി തിരിച്ചിട്ടുള്ള കാര്യം നിങ്ങൾക്കെല്ലാവർക്കു മറിയാം. പല ഇനത്തിലുള്ള ബാങ്ക് നോട്ടുകൾ ചേർന്നതാണ് ഒരു ഗ്രൂപ്പ്. കച്ചവടക്കാർ തമ്മിലുള്ള ഇടപാടുകളിലും ഉപഭോക്താക്കൾ കച്ചവട ക്കാർക്ക് കൊടുക്കുന്ന കൂടുതൽ വലിയ തുകകളിലും അവ ഉപയോ ഗിക്കപ്പെടുന്നു. ചില്ലറ കച്ചവടത്തിൽ പ്രചരിക്കുന്ന ലോഹത്തുട്ടുകളാണ് മറ്റേതരത്തിലുള്ള നാണയം. വിഭിന്നമെങ്കിലും ഈ രണ്ടുതരം നാണയ ങ്ങൾ പരസ്പരം സ്ഥാനം മാറുന്നുണ്ട്. ഉദാഹരണത്തിന് വലിയതുകകൾ കൊടുക്കുമ്പോൾ പോലും 5 പവനിൽ താഴെയുള്ള ഏതു സംഖ്യ കൊടു ക്കാനും സ്വർണനാണയം വലിയൊരു പരിധിവരെ പ്രചരിക്കുന്നുണ്ട്. നാളെ 4 പവന്റെയോ 3 പവന്റെയോ 2 പവന്റെയോ നോട്ടടിച്ചിറക്കുകയാ ണെങ്കിൽ ആ പരിക്രമണ സരണികളെ നിറച്ചിരിക്കുന്ന സ്വർണം തൽ ക്ഷണം തന്നെ അവയിൽ നിന്ന് പുറത്തേക്ക് തള്ളിവിടപ്പെടുകയും പണമായുള്ള കൂലിയുടെ വർധനവുമൂലം ആ സ്വർണത്തിന്റെ ആവശ്യം വേണ്ടിവന്നിട്ടുള്ള സരണികളിലേക്ക് ഒഴുകുകയും ചെയ്യും. അങ്ങനെ 50 ശതമാനം കൂലിവർധനവുമൂലം കൂടുതൽ വേണ്ടിവരുന്ന പത്തു ലക്ഷം ഒരൊറ്റ സ്വർണനാണയം പോലും കൂടുതലില്ലാതെതന്നെ ലഭിക്കുന്നു. ഇതേ ഫലംതന്നെ കൂടുതലായി ഒരൊറ്റ ബാങ്കുനോട്ടു പോലുമടിക്കാതെ ഉളവാക്കാം‌– വിനിമയ പത്രങ്ങളുടെ പരിക്രമണം വർധിപ്പിച്ചുകൊണ്ട്. ലങ്കാഷെയറിൽ വളരെക്കാലം നടന്നത് അതാണ്.

മി. വെസ്റ്റൺ കർഷകത്തൊഴിലാളികളുടെ കൂലിയിൽ സംഭവി ക്കുമെന്നു സങ്കൽപ്പിച്ചതുപോലെ കൂലിനിരക്ക് പൊതുവിൽ 100 ശതമാനം വർധിച്ചാൽ അത് അവശ്യ വസ്തുക്കളുടെ വില ഗണ്യമായി ഉയർത്തു കയും അദ്ദേഹത്തിന്റെ അഭിപ്രായമനുസരിച്ച് ലഭ്യമാകാൻ നിവൃത്തി യില്ലാത്ത കൂടുതൽ നാണയം ആവശ്യമാക്കി തീർക്കുകയും ചെയ്യുമെ ങ്കിൽ, കൂലിനിരക്കിലുള്ള ഒരു പൊതുഇടിവ് ഇതേ ഫലം ഇതേ തോതിൽ തന്നെ നേരേ എതിർദിശയിൽ ഉളവാക്കേണ്ടതാണ്. കൊള്ളാം! 1858 മുതൽ 1860 വരെയുള്ള വർഷങ്ങൾ പരുത്തി വ്യവസായത്തിൽ ഏറ്റവും വലിയ അഭിവൃദ്ധിയുണ്ടായ വർഷങ്ങളായിരുന്നുവെന്നും വിശേഷിച്ചും 1860– ാമാണ്ടിന് ഇക്കാര്യത്തിൽ വാണിജ്യ ചരിത്രത്തിൽ ഒരു അദ്വിതീയ സ്ഥാനമുണ്ടെന്നും അതേ സമയം മറ്റെല്ലാ വ്യവസായ ശാഖകളും തഴച്ചു വളരുകയായിരുന്നുവെന്നും നിങ്ങൾക്കെല്ലാവർക്കുമറിയാം. പരുത്തി ത്തൊഴിലാളികളുടെയും അവരുടെ തൊഴിലുമായി ബന്ധമുള്ള മറ്റെല്ലാ തൊഴിലാളികളുടെയും കൂലി 1860–ൽ മുമ്പെന്നത്തെക്കാളും കൂടുതലായി രുന്നു. അമേരിക്കൻ പ്രതിസന്ധിവന്നു. അതോടെ മൊത്തം കൂലി പെട്ടെന്ന് മുമ്പത്തേതിന്റെ നാലിലൊന്നോളമായി കുറഞ്ഞു. എതിർദിശ

യിൽ 300 ശതമാനം വർധിച്ചെന്നർഥം. കൂലി 5 –ൽ നിന്ന് 20 ആയി കൂടിയാൽ അത് 300 ശതമാനം കൂടിയെന്ന് നാം പറയും. 20– ൽ നിന്ന് 5 ആയി കുറഞ്ഞാൽ അത് 75 ശതമാനം കുറഞ്ഞെന്ന് പറയും. എന്നാൽ കൂടിയതും കുറഞ്ഞതും ഒരേ തുകയാണ്–15 ഷില്ലിങ്, അങ്ങനെ കൂലിനിരക്കിൽ പൊടുന്നനെയുള്ള, അഭൂതപൂർവമായ, ഒരു ഇടിവാണ് സംഭവിച്ചത്. അതേസമയം അത് അനേകം തൊഴിലാളികളെ ബാധിക്കു കയും ചെയ്തു. പരുത്തിത്തൊഴിലിൽ നേരിട്ട് ഏർപ്പെട്ടിട്ടുള്ളവർക്ക് പുറമെ അതിനെ പരോക്ഷമായി ആശ്രയിക്കുന്നവരെ കൂടി മുഴുവനും കണക്കി ലെടുത്താൽ കർഷകത്തൊഴിലാളികളെക്കാൾ പകുതികൂടി വരുമായി രുന്നു. എന്നിട്ട് ഗോതമ്പിന്റെ വില കുറഞ്ഞോ ? 1858 മുതൽ 1860 വരെയു ള്ള മൂന്നു വർഷത്തെ ശരാശരി വാർഷികവില 47 ഷില്ലിങ് 8 പെൻസ് ആയിരുന്നത് 1861 മുതൽ 1863 വരെയുള്ള മൂന്ന് വർഷത്തെ ശരാശരി വാർഷികവിലയായ 55 ഷില്ലിങ് 10 പെൻസ് ആയി വർധിച്ചു. നാണയത്തിന്റെ കാര്യമാണെങ്കിൽ, 1860– ൽ 3,378,102 പവനും 1861– ൽ 8, 673, 232 പവനുമാ ണ് കമ്മട്ടത്തിലടിച്ചത്. അതായത്, 1860–ലെക്കാൾ 5, 295,130 പവൻ 1861–ൽ കൂടുതലായി കമ്മട്ടത്തിലടിച്ചെന്നർഥം. 1861–ൽ ബാങ്ക് നോട്ടിന്റെ പ്രചാരം 1860–നെ അപേക്ഷിച്ച് 1, 319,000 പവൻ കുറവായിരുന്നുവെന്നത് ശരിയാണ്. അതു കുറച്ചാലും 1861–ൽ സമൃദ്ധിയുടെ വർഷമായ 1860–നെ അപേക്ഷിച്ച് 3,976,130 അഥവാ ഉദ്ദേശ്യം 40 ലക്ഷം പവന്റെ നാണയം അധികമുണ്ടായിരുന്നു. എന്നാൽ അതേസമയം ബാങ്ക് ഓഫ് ഇംഗ്ലണ്ടിന്റെ കരുതൽ സ്വർണക്കട്ടികൾ അതേ തോതിലല്ലെങ്കിലും എതാണ്ട് അതെ തോതിൽ ചുരുങ്ങുകയാണു ണ്ടായത്.

1862,1842 എന്നീ വർഷങ്ങളെ താരതമ്യപ്പെടുത്തി നോക്കുക. പ്രചാരത്തിലുള്ള ചരക്കുകളുടെ മൂല്യത്തിലും തുകയിലും വമ്പിച്ച വർധനവുണ്ടായി എന്നതിനു പുറമെ, 1862–ൽ ഇംഗ്ലണ്ടിലെയും വെയിൽസിലെയും റെയിൽവേകൾക്ക് ഓഹരിയായിട്ടും വായ്പയായിട്ടും മറ്റും മുറയ്ക്കുള്ള പണമിടപാടുകളിൽ കൊടുത്ത മൂലധനത്തിന്റെ തുകമാത്രം 32 കോടി പവൻ ആയിരുന്നു. 1842–ൽ ഇതൊരു ഭീമമായ തുകയായി തോന്നിയേനെ. എന്നാൽ 1862–ലും 1842–ലും നാണയ ത്തിലു ണ്ടായിരുന്ന മൊത്തം തുകകൾ ഏതാണ്ട് തുല്യമായിരുന്നു. ചരക്കുക ളുടെ മാത്രമല്ല പൊതുവിൽ പണമിടപാടുകളുടെ മൂല്യം വൻതോതിൽ വർധിച്ചുവരുംതോറും നാണയത്തിന്റെ തുക കുറഞ്ഞു കുറഞ്ഞു വരുന്ന ഒരു പ്രവണത സാമാന്യമായി നമുക്കു കാണാൻ കഴിയും. നമ്മുടെ സ്നേ ഹിതൻ വെസ്റ്റന്റെ നിലപാടിൽ നിന്നു നോക്കു മ്പോൾ ഉത്തരം കിട്ടാത്ത ഒരു കടംകഥയാണിത്.

ഇക്കാര്യത്തെ കുറേക്കൂടി ആഴത്തിൽ പരിശോധിച്ചിരുന്നെങ്കിൽ അദ്ദേഹം പലതും മനസ്സിലാക്കുമായിരുന്നു : കൂലി മാത്രമല്ല, കൂലിയിൽ മാറ്റമില്ലെന്നുവെച്ചാൽ തന്നെ പരിക്രമണം ചെയ്യാനുള്ള ചരക്കുകളുടെ

മൂല്യവും അളവും പൊതുവിൽ പണമിടപാടുകളുടെ തുകയും ദിവസേന മാറിക്കൊണ്ടിരിക്കുമെന്നും; ഇറക്കുന്ന ബാങ്കുനോട്ടുകളുടെ തുക ദിവസേന മാറിക്കൊണ്ടിരിക്കുമെന്നും; പണത്തിന്റെ ഇടപെടൽ കൂടാതെ വിനിമയപത്രങ്ങളും ചെക്കുകളും കച്ചവടവായ്പകളും ക്ലിയറിങ് ഹൗസു കളും വഴി ഈടാക്കുന്ന തുകകൾ ദിവസേന മാറിക്കൊണ്ടിരിക്കുമെന്നും; ലോഹരൂപത്തിലുള്ള യഥാർഥ നാണയം ആവശ്യമായതുകൊണ്ട് പരി ക്രമണത്തിലിരിക്കുന്ന നാണയത്തുട്ടുകളും കരുതി വെച്ചിരിക്കുകയോ ബാങ്കുകളുടെ അറകളിൽ ഉറങ്ങിക്കിടക്കുകയോ ചെയ്യുന്ന തുട്ടുകളും സ്വർണക്കട്ടികളും തമ്മിലുള്ള അനുപാതം ദിവസേന മാറിക്കൊണ്ടിരിക്കു മെന്നും; ദേശീയ പരിക്രമണത്തിൽ ഉൾക്കൊള്ളുന്ന സ്വർണക്കട്ടികളുടെ തുകയും സാർവദേശീയ പരിക്രമണത്തിനുവേണ്ടി പുറത്തേക്കയക്കുന്ന തുകയും ദിവസേന മാറിക്കൊണ്ടിരിക്കുമെന്നും, അദ്ദേഹം മനസ്സിലാക്കു മായിരുന്നു. മാറ്റമില്ലാത്ത നാണയമെന്ന തന്റെ വിശ്വാസപ്രമാണം ദൈനംദിനഗതിയുമായിട്ട് ഒരു വിധത്തിലും പൊരുത്തപ്പെടാത്ത ഒരു ഭീമാബദ്ധമാണെന്ന് അദ്ദേഹം മനസ്സിലാക്കുമായിരുന്നു. നാണയനിയമ ങ്ങളെക്കുറിച്ചുള്ള തന്റെ തെറ്റായ ധാരണയെ കൂലിവർധനക്കെതിരായ ഒരു വാദമുഖമായി മാറ്റുന്നതിനു പകരം, ഇത്രയേറെ നിരന്തരമായി മാറിക്കൊണ്ടിരിക്കുന്ന സാഹചര്യങ്ങളുമായി ഇണങ്ങിപ്പോകാൻ നാണയത്തെ പ്രാപ്തമാക്കുന്ന നിയമങ്ങളെന്താണെന്ന് അദ്ദേഹം അന്വേഷിക്കുമായിരുന്നു.

4

സപ്ലെയും ഡിമാന്റും

'Repetitioest mater studiorum' അതായത് "ആവർത്തനം പഠനത്തിന്റെ മാതാവാണ്" എന്ന ലാറ്റിൻ പഴമൊഴി നമ്മുടെ സ്നേഹി തൻ വെസ്റ്റൺ അംഗീകരിച്ചിരിക്കുന്നു. അതുകൊണ്ടാണ് അദ്ദേഹം തന്റെ ആദ്യത്തെ വിശ്വാസ പ്രമാണത്തെ പുതിയൊരു രൂപത്തിൽ ആവർത്തി ച്ചുകൊണ്ട് കൂലിക്കൂടുതലിന്റെ ഫലമായുണ്ടാകുന്ന നാണയ സങ്കോചനം മൂലധനത്തിന്റെ അളവു ചുരുക്കുമെന്നും മറ്റും പറയുന്നത്. നാണയത്തെ സംബന്ധിച്ച അദ്ദേഹത്തിന്റെ വിചിത്ര ഭാവനയെ പരിശോധിച്ചുകഴിഞ്ഞ സ്ഥിതിക്ക് അദ്ദേഹത്തിന്റെ സങ്കൽപ്പ സൃഷ്ടിയായ നാണയാത്യാഹിത ത്തിന്റെ ഫലമായുണ്ടാകുമെന്ന് അദ്ദേഹം വിചാരിക്കുന്ന സാങ്കൽപ്പിക ഭവിഷ്യത്തുകളെപ്പറ്റി ചർച്ചചെയ്യുന്നത് തികച്ചും നിഷ്പ്രയോജനമാ ണെന്ന് എനിക്ക് തോന്നുന്നു. പലരൂപങ്ങളിലായി അദ്ദേഹം ആവർത്തി ക്കുന്ന ആ ഒരേ വിശ്വാസ പ്രമാണത്തെ ഞാൻ ഉടനടി അതിന്റെ ഏറ്റവും ലളിതമായ സൈദ്ധാന്തിക രൂപത്തിലാക്കാം.

അദ്ദേഹം തന്റെ വിഷയത്തെ വിമർശനപരമായിട്ടല്ലാതെയാണ് കൈകാര്യം ചെയ്തിട്ടുള്ളതെന്ന് ഒരൊറ്റ അഭിപ്രായ പ്രകടനത്തിൽനിന്ന് വ്യക്തമാകും. കൂലി വർധിപ്പിക്കുന്നതിനെതിരായി, അഥവാ വർധിപ്പിച്ച തിന്റെ ഫലമായി വരുന്ന കൂടിയ കൂലിക്കെതിരായി, അദ്ദേഹം വാദിക്കുന്നു. ഞാൻ അദ്ദേഹത്തോട് ചോദിക്കട്ടെ: കൂടിയ കൂലിയെന്നും കുറഞ്ഞ കൂലിയെന്നും പറയുന്നത് എന്താണ്? ഉദാഹരണത്തിന് ആഴ്ചയിൽ 5 ഷില്ലിങ് കിട്ടുന്നത് കുറഞ്ഞ കൂലിയായും ആഴ്ചയിൽ 20 ഷില്ലിങ് കിട്ടുന്നത് കൂടിയ കൂലിയായും കരുതുന്നത് എന്തുകൊണ്ടാണ്? ഇരുപതിനെ അപേക്ഷിച്ച് അഞ്ച് കുറവാണെങ്കിൽ ഇരുന്നൂറിനെ അപേക്ഷിച്ച് ഇരുപത് അതിലും കുറവാണ്. ഉഷ്ണമാപിനിയെക്കുറിച്ച് പ്രസംഗിക്കുന്ന ഒരാൾ ഉയർന്ന ഡിഗ്രിയേയും താണ ഡിഗ്രിയേയും

കുറിച്ച് പറഞ്ഞുകൊണ്ട് തുടങ്ങുകയാണെങ്കിൽ അയാൾ യാതൊരറിവും പകരുകയില്ല. ഹിമാങ്കം എങ്ങനെ കണ്ടുപിടിക്കുന്നു, ക്വഥനാങ്കം എങ്ങനെ കണ്ടുപിടിക്കുന്നു, ഈ മാനകാങ്കങ്ങൾ എങ്ങനെ ഉഷ്ണമാപിനികൾ വിൽക്കുന്നവരുടേയും നിർമിക്കുന്നവരുടേയും ഭാവനാവിലാസത്തിലല്ലാതെ പ്രകൃതിനിയമങ്ങളാൽ നിർണയിക്കപ്പെടുന്നു, എന്നെല്ലാം അദ്ദേഹം ആദ്യം പറഞ്ഞുതരണം. കൂലിയെയും ലാഭത്തെയും സംബന്ധിച്ചിടത്തോളം അത്തരം മാനകാങ്കങ്ങൾ സാമ്പത്തിക നിയമങ്ങളിൽനിന്നും കണ്ടുപിടിക്കാൻ മി. വെസ്റ്റണിന് കഴിഞ്ഞിട്ടില്ലെന്നു മാത്രമല്ല അവയ്ക്കു വേണ്ടി തിരക്കേണ്ട ആവശ്യം തന്നെ അദ്ദേഹത്തിനു തോന്നിയിട്ടില്ല. കൂടിയത്, കുറഞ്ഞത്, എന്നിങ്ങനെ സാധാരണ പറഞ്ഞു വരാറുള്ള ഗ്രാമ്യപ്രയോഗങ്ങൾ കൃത്യമായ അർഥമുള്ളവയാണെന്ന് അംഗീകരിക്കുന്നതുകൊണ്ട് അദ്ദേഹം തൃപ്തിപ്പെട്ടു. എന്നാൽ പരിമാണങ്ങൾ അളക്കാവുന്ന ഒരു മാനദണ്ഡവുമായി താരതമ്യപ്പെടുത്തിക്കൊണ്ടു മാത്രമേ കൂലി കൂടിയതാണെന്നോ കുറഞ്ഞതാണെന്നോ പറയാൻകഴിയു എന്നത് സ്വയം വിദിതമാണ്.

ഇത്ര അധ്വാനത്തിന് ഇത്ര പണം കൊടുക്കുന്നതെന്തിനാണെന്ന് എനിക്കു പറഞ്ഞുതരാൻ അദ്ദേഹത്തെക്കൊണ്ടാവില്ല. "സപ്ലെയും ഡിമാന്റും എന്ന നിയമമാണ് ഇക്കാര്യം തീരുമാനിച്ചത്" എന്ന മറുപടിയാണ് അദ്ദേഹം എനിക്കുതരുന്നതെങ്കിൽ ഞാൻ അദ്ദേഹത്തോടങ്ങോട്ടു ചോദിക്കും: ഒന്നാമത്, സപ്ലെയെയും ഡിമാന്റിനെയുംതന്നെ നിയന്ത്രിക്കുന്ന നിയമമെന്താണ്? ആ മറുപടി അദ്ദേഹത്തെ തൽക്ഷണം തന്നെ ചിന്താ കുഴപ്പത്തിലാഴ്ത്തും. അധ്വാനത്തിന്റെ സപ്ലെയും ഡിമാണ്ടും തമ്മിലുള്ള ബന്ധവും അതോടൊപ്പം അധ്വാനത്തിന്റെ കമ്പോളവിലയും നിരന്തരം മാറിക്കൊണ്ടിരിക്കുകയാണ്. ഡിമാന്റ് സപ്ലെയേക്കാൾ കവിഞ്ഞാൽ കൂലികൂടുന്നു. സപ്ലെ ഡിമാന്റിനെക്കാൾ കവിഞ്ഞാൽ കൂലി കുറയുന്നു. അത്തരം സാഹചര്യങ്ങളിൽ ഡിമാന്റിന്റെയും സപ്ലെ യുടെയും യഥാർഥസ്ഥിതിയെ ഉദാഹരണത്തിന് ഒരു പണിമുടക്കുവഴി യോ അല്ലെങ്കിൽ മറ്റേതെങ്കിലും വഴിക്കോ പരീക്ഷിച്ചുനോക്കേണ്ടിവന്നേ ക്കുമെങ്കിലും ഇതാണു വാസ്തവം. എന്നാൽ സപ്ലെയും ഡിമാന്റു മെന്നതിനെ കൂലിയെ നിയന്ത്രിക്കുന്ന നിയമമായിട്ട് അംഗീകരിക്കുന്നുണ്ടെ ങ്കിൽ കൂലിവർധനക്കെതിരായി മുറവിളികൂട്ടുന്നത് ബാലിശമെന്നതുപോ ലെതന്നെ നിഷ്പ്രയോജനവുമാണ്. കാരണം, നിങ്ങൾ ആശ്രയിക്കുന്ന പരമോന്നതനിയമമനുസരിച്ച് കാലാകാലമായ കൂലിവർധനവ് കാലാകാല മായ കൂലിയിടിവിനെപ്പോലെതന്നെ തികച്ചും അവശ്യവും ന്യായവുമാണ്. സപ്ലെയും ഡിമാന്റുമെന്നതിനെ കൂലിയെ നിയന്ത്രിക്കുന്ന നിയമമായി അംഗീകരിക്കുന്നില്ലെങ്കിൽ ഞാൻ വീണ്ടും ചോദിക്കുന്നു: ഇത്ര അധ്വാ നത്തിന് ഇത്ര പണം കൊടുക്കുന്നതെന്തിനാണ്?

നമുക്ക് കാര്യങ്ങൾ കുറച്ചുകൂടി വിപുലമായിപരിശോധിക്കാം. അധ്വാനത്തിന്റെയോ മറ്റേതൊരു ചരക്കിന്റെയോ മൂല്യത്തെ അന്തിമമായി

നിർണയിക്കുന്നത് സപ്ലൈയും ഡിമാന്റുമാണെന്ന ധാരണ പാടേ തെറ്റാണ്. സപ്ലൈയും ഡിമാന്റും കമ്പോളവിലകളിലെ താൽക്കാലി കമായ ഏറ്റക്കുറച്ചിലുകൾക്കപ്പുറം യാതൊന്നും നിയന്ത്രിക്കുന്നില്ല. ഒരു ചരക്കിന്റെ കമ്പോളവില അതിന്റെ മൂല്യത്തെക്കാൾ കൂടുന്നതോ കുറയുന്നതോ എന്തുകൊണ്ടാണെന്ന് അവ വിശദീകരിച്ചുതരും. പക്ഷേ ആ മൂല്യത്തിനുതന്നെ ഒരു വിശദീകരണം തരാൻ അവയ്ക്കു സാധ്യമല്ല. സപ്ലൈളയും ഡിമാന്റും തുല്യമാണെന്നിരിക്കട്ടെ, ധനശാസ്ത്രജ്ഞരുടെ ഭാഷയിൽ പറഞ്ഞാൽ അവ പരസ്പരം നികത്തിയെന്നിരിക്കട്ടെ; ഈ വിപരീത ശക്തികൾ തുല്യമായിത്തീരുന്ന നിമിഷത്തിൽ തന്നെ അവ പരസ്പരം മരവിപ്പിക്കുന്നു. ഇരുദിശകളിലും പ്രവർത്തിക്കാതാവുന്നു. സപ്ലൈയും ഡിമാന്റും തുല്യമാവുകയും അങ്ങനെ പ്രവർത്തിക്കാ താവുകയും ചെയ്യുന്ന നിമിഷത്തിൽ ഒരു ചരക്കിന്റെ കമ്പോളവില അതിന്റെ യഥാർഥമൂല്യവുമായി, മാനകവിലയുമായി, ഒത്തുചേരുന്നു. അതിനു ചുറ്റുമാണ് കമ്പോളവിലകൾ ആടിക്കളിക്കുന്നത്. അതുകൊണ്ട് ആ മൂല്യത്തിന്റെ സ്വഭാവത്തെ പരിശോധിക്കുമ്പോൾ, സപ്ലൈയും ഡിമാന്റും കമ്പോളവിലകളിൽ ഉളവാക്കുന്ന താൽക്കാലിക ഫലങ്ങൾ നമ്മെ സംബന്ധിച്ചിടത്തോളം പ്രസക്തമല്ല. ഇതുതന്നെ കൂലിക്കും മറ്റെല്ലാ ചരക്കുകളുടെയും വിലകൾക്കും ബാധകമാണ്.

5

കൂലിയും വിലയും

ഏറ്റവും ലളിതമായ സൈദ്ധാന്തികരൂപത്തിൽ പ്രകാശിപ്പി ക്കുകയാണെങ്കിൽ നമ്മുടെ സ്നേഹിതന്റെ എല്ലാ വാദമുഖങ്ങളുടേയും രത്നച്ചുരുക്കം ഒരൊറ്റ വിശ്വാസപ്രമാണമാണ്: "ചരക്കുകളുടെ വിലയെ നിർണയിക്കുന്നത്, അല്ലെങ്കിൽ ക്രമീകരിക്കുന്നത്, കൂലിയാണ്."

പ്രയോഗികനിരീക്ഷണത്തിന്റെ സഹായത്തോടെ എനിക്ക് ഈ പഴഞ്ചനും തള്ളിക്കളയപ്പെട്ടതുമായ അബദ്ധധാരണയെ ഖണ്ഡിക്കാൻ കഴിയും. അധാനത്തിന് താരതമ്യേന കൂടുതൽ കൂലി കിട്ടുന്ന ഇംഗ്ലീഷ് ഫാക്ടറിത്തൊഴിലാളികളും ഖനിത്തൊഴിലാളികളും കപ്പൽ നിർമാണ ത്തൊഴിലാളികളും മറ്റും തങ്ങളുടെ ഉൽപ്പന്നങ്ങളുടെ വിലക്കുറവുമൂലം മറ്റെല്ലാ രാഷ്ട്രങ്ങളെയും കമ്പോളത്തിൽ തോൽപ്പിക്കുന്നുണ്ടെന്നും, എന്നാലതേസമയം അധാനത്തിനു താരതമ്യേന കുറച്ചു കൂലി കിട്ടുന്ന ഇംഗ്ലീഷ് കർഷകത്തൊഴിലാളിയെ അവന്റെ ഉൽപ്പാദനത്തിന്റെ വില ക്കൂടുതൽ മൂലം മറ്റുള്ള ഏതാണ്ടെല്ലാ രാഷ്ട്രങ്ങളും കമ്പോളത്തിൽ തോൽപ്പിക്കുന്നുണ്ടെന്നും എനിക്കു നിങ്ങളോട് പറയാൻകഴിയും. യഥാർഥമെന്നതിനേക്കാൾ പ്രത്യക്ഷത്തിൽ മാത്രമായ ചില അപവാ ദങ്ങളൊഴിച്ചാൽ, കൂടുതൽ കൂലികിട്ടുന്ന അധാനം കുറഞ്ഞവിലയുള്ള ചരക്കുകളും കുറഞ്ഞ കൂലികിട്ടുന്ന അധാനം കൂടുതൽ വിലയ്ക്കുള്ള ചരക്കുകളുമാണ് ശരാശരി ഉൽപ്പാദിപ്പിക്കുന്നതെന്ന് ഒരേ രാജ്യത്തെ സാധനങ്ങൾ തമ്മിലും വിവിധരാജ്യങ്ങളിലെ ചരക്കുകൾ തമ്മിലും താരതമ്യപ്പെടുത്തിക്കൊണ്ട് എനിക്കു കാണിച്ചുതരാൻ കഴിയും. ഒരു വശത്ത് അധാനത്തിന്റെ കൂടുതൽ കൂലിയും മറുവശത്ത് അതിന്റെ കുറഞ്ഞകൂലിയുമാണ് നേർവിപരീതമായ ആ ഫലങ്ങൾക്കുള്ള കാരണ ങ്ങളെന്നു തീർച്ചയായും ഇതു തെളിയിക്കുന്നില്ല. എന്നാലും, അധാന ത്തിന്റെ വിലയല്ല ചരക്കുകളുടെ വിലയെ നിയന്ത്രിക്കുന്നതെന്ന് അതു തെളിയിക്കുന്നതാണ്. പക്ഷേ നമുക്ക് ഈ അനുഭവാധിഷ്ഠിതരീതി സ്വീകരിച്ചിട്ടാവശ്യമില്ല.

"ചരക്കുകളുടെ വിലയെ നിർണയിക്കുന്നത്, അല്ലെങ്കിൽ ക്രമീകരി ക്കുന്നത്, കൂലിയാണ്" എന്ന മാമൂൽ പ്രമാണം മി.വെസ്റ്റൺ മുന്നോട്ടു വെച്ചിട്ടുണ്ടെന്നതിനെ ഒരുപക്ഷേ വല്ലവരും നിഷേധിച്ചേക്കാം. അദ്ദേഹം അങ്ങനെ ഒരു നിർവചനം നൽകിയിട്ടില്ലെന്നതു ശരിയാണ്. നേരെ മറിച്ച് ലാഭവും പാട്ടവും കൂടി ചരക്കുകളുടെ വിലയുടെ ഭാഗങ്ങളാണെന്നാണ് അദ്ദേഹം പറഞ്ഞത്. പക്ഷേ അദ്ദേഹം പറഞ്ഞത് കാരണം, തൊഴിലാളി യുടെ കൂലി മാത്രമല്ല, മുതലാളിയുടെ ലാഭവും ജന്മിയുടെ പാട്ടവും കൊടുക്കേണ്ടത് ചരക്കുകളുടെ വിലയിൽ നിന്നാണ്. പക്ഷേ അദ്ദേ ഹത്തിന്റെ അഭിപ്രായത്തിൽ വില രൂപംകൊള്ളുന്നതെങ്ങനെയാണ്? ഒന്നാമതായി കൂലിയിൽനിന്ന്. പിന്നീട് മുതലാളിക്കുവേണ്ടി കുറച്ചു ശതമാനം അതിനോടുകൂട്ടിച്ചേർക്കുന്നു.ജന്മിക്കുവേണ്ടികുറച്ചു ശതമാനം കൂടി കൂട്ടിച്ചേർക്കുന്നു. ഒരു ചരക്കുൽപ്പാദിപ്പിക്കാൻ ഏർപ്പെടുത്തുന്ന അധ്വാനത്തിനുള്ള കൂലി പത്താണെന്നിരിക്കട്ടെ. ലാഭനിരക്ക് 100 ശതമാനമാണെങ്കിൽ, മുൻകൂർ നൽകിയ കൂലിയോട് മുതലാളി പത്തുകൂടി കൂട്ടും. പാട്ടനിരക്കും കൂലിയുടെ 100 ശതമാനമാണെങ്കിൽ ഒരു പത്തുകൂടി കൂട്ടും. അങ്ങനെ ആ ചരക്കിന്റെ മൊത്തം വില മുപ്പതാവും. പക്ഷേ ഇത്തരത്തിലുള്ള വിലനിർണയത്തിനർഥം കൂലി വിലയെ നിർണയിക്കുന്നുവെന്നുതന്നെയാണ്. മുകളിലത്തെ ഉദാഹരണ ത്തിൽ കൂലി ഇരുപതായി വർധിച്ചാൽ ചരക്കിന്റെ വില അറുപതായി വർധി ക്കും. അതുപോലെ തുടർന്നും. ഇങ്ങനെ, കൂലി വിലയെ നിയന്ത്രിക്കുന്നുവെന്ന മാമൂൽപ്രമാണം ഉന്നയിച്ച പഴഞ്ചന്മാരായ എല്ലാ അർഥ ശാസ്ത്രലേഖകരും അതു തെളിയിക്കാൻ ശ്രമിച്ചത് ലാഭത്തേയും പാട്ടത്തേയും കൂലിയോടു കൂട്ടിച്ചേർക്കപ്പെട്ട വെറും ശതമാനങ്ങളായി മാത്രം കണക്കാക്കിക്കൊണ്ടാണ്. ആ ശതമാനങ്ങളുടെ പരിധിക്ക് ഏതെങ്കിലും സാമ്പത്തികനിയമത്തിന്റെ രൂപം നൽകാൻ അവരിലാർക്കും കഴിഞ്ഞില്ല. നേരെ മറിച്ച് പാരമ്പര്യമോ ആചാരമോ മുതലാളിയുടെ ഹിതമോ അല്ലെങ്കിൽ അത്രതന്നെ സ്വേച്ഛാപരവും അവ്യാഖ്യേയവുമായ മറ്റേതെങ്കിലും കാര്യമോ ആണ് ലാഭത്തെ നിർണയിക്കുന്നതെന്ന് അവർ വിശ്വസിക്കുന്നതായി തോന്നുന്നു. മുതലാളിമാർ തമ്മിലുള്ള മത്സരമാണ് അതിനെ നിർണയിക്കുന്നതെന്നാണ് അവരുടെ വാദമെങ്കിൽ അവർ യാതൊന്നും പറയുന്നില്ല. ആ മത്സരം വിവിധതൊഴിലുകളിലെ വ്യത്യ സ്തലാഭനിരക്കുകളെ സമീകരിക്കുകയോ അവയെ ഒരൊറ്റ ശരാശരി നിലവാരത്തിലാക്കുകയോ ചെയ്യുമെന്നതു തീർച്ചയാണ്. എന്നാൽ ആ നിലവാരത്തെത്തന്നെ, അഥവാ സാമാന്യമായ ലാഭനിരക്കിനെ, നിർണ യിക്കാൻ അതിനൊരിക്കലും സാധ്യമല്ല.

കൂലി ചരക്കുകളുടെ വിലയെ നിർണയിക്കുന്നുവെന്ന് പറയുമ്പോൾ നാം അർഥമാക്കുന്നതെന്താണ് ? അധ്വാനത്തിന്റെ വിലയ്ക്കുള്ള മറ്റൊരു പേരുമാത്രമാണ് കൂലിയെന്നതുകൊണ്ട് അധ്വാനത്തിന്റെ വില ചരക്കുകളുടെ വിലയെ നിയന്ത്രിക്കുന്നുവെന്നാണ് നാം അർഥമാക്കുന്ന ത്. "വില" വിനിമയമൂല്യമായതുകൊണ്ട് – മൂല്യത്തെപ്പറ്റി പറയുമ്പോ ഴെല്ലാം ഞാൻ ഉദ്ദേശിക്കുന്നത് വിനിമയമൂല്യത്തെയാണ് – പണമായി

പ്രകാശിപ്പിച്ചിട്ടുള്ള വിനിമയമൂല്യമായതുകൊണ്ട്, പ്രമേയം ഇങ്ങനെയാ യിത്തീരുന്നു: "അധാനത്തിന്റെ മൂല്യം ചരക്കുകളുടെ മൂല്യത്തെ നിർണയിക്കുന്നു"; അഥവാ, "അധാനത്തിന്റെ മൂല്യമാണ് മൂല്യത്തിന്റെ സാമാന്യ മാനദണ്ഡം."

പക്ഷെ "അധാനത്തിന്റെ മൂല്യ"ത്തെ തന്നെ നിർണയിക്കുന്ന തെങ്ങനെയാണ്? ഇവിടെ നാം സ്തംഭിച്ചു നിൽക്കുന്നു. യുക്തി യുക്തമായി ന്യായവിചാരം ചെയ്യാൻ ശ്രമിച്ചാൽ സ്തംഭിച്ചു നിൽക്കു മെന്നർഥം. എന്നാൽ ആസിദ്ധാന്തത്തിന്റെ ഉപജ്ഞാതാക്കൾ യുക്തിയെ വകവെയ്ക്കുന്നില്ല. ഉദാഹരണത്തിന് നമ്മുടെ സ്നേഹിതൻ വെസ്റ്റണെ എടുക്കുക. ആദ്യം അദ്ദേഹം നമ്മോടുപറഞ്ഞു: കൂലി ചരക്കുകളുടെ വിലയെ നിയന്ത്രിക്കുന്നു, അതുകൊണ്ട് കൂലികൂടുമ്പോൾ വിലയും കൂടാതെ തരമില്ല. പിന്നീട് അദ്ദേഹം തിരിഞ്ഞുനിന്ന് കൂലികൂട്ടിയതു കൊണ്ട് പ്രയോജനമില്ലെന്ന് നമുക്ക് കാണിച്ചുതന്നു. കാരണം, ചരക്കുകളുടെ വില കൂടിയിരിക്കയാണ്. വാസ്തവത്തിൽ കൂലിയുടെ മാനദണ്ഡം തന്നെ അത് ചെലവാക്കിവാങ്ങുന്ന ചരക്കുകളുടെ വിലയാണ്. ഇങ്ങനെ, അധാനത്തിന്റെ മൂല്യം ചരക്കുകളുടെ മൂല്യത്തെ നിർണയിക്കു ന്നുവെന്ന് പറഞ്ഞുകൊണ്ട് നാം തുടങ്ങുന്നു. ചരക്കുകളുടെ മൂല്യം അധാനത്തിന്റെ മൂല്യത്തെ നിർണയിക്കുന്നുവെന്ന് പറഞ്ഞുകൊണ്ട് അവസാനിപ്പിക്കുകയും ചെയ്യുന്നു. അങ്ങനെ അങ്ങേയറ്റത്തെ ഒരു വിഷമവൃത്തത്തിൽ കിടന്നു നാം നട്ടംതിരിയുന്നു. നാം യാതൊരു നിഗമന ത്തിലും എത്തിച്ചേരുന്നില്ല.

പൊതുവെ പറഞ്ഞാൽ, ഒരു ചരക്കിന്റെ മൂല്യത്തെ — അത് അധാന മോ ധാന്യമോ മറ്റേത് ചരക്കോ ആയിക്കൊള്ളട്ടെ — മൂല്യത്തിന്റെ സാമാ ന്യ മാനദണ്ഡവും ക്രമീകാരവുമാക്കുന്നതുകൊണ്ട് നാം വൈഷമ്യത്തെ മാറ്റി നിർത്തുന്നേയുള്ളുവെന്ന് വ്യക്തമാണ്. കാരണം, നിർണയിക്ക പ്പെടേണ്ടതായ ഒരു മൂല്യംകൊണ്ട് നാം മറ്റൊരുമൂല്യത്തെ നിർണയിക്കു കയാണ് ചെയ്യുന്നത്.

"കൂലി ചരക്കുകളുടെ വിലയെ നിർണയിക്കുന്നു"എന്ന മാമൂൽ പ്രമാണത്തെ ഏറ്റവും കേവലമായ രൂപത്തിൽ പ്രകാശിപ്പിച്ചാൽ അർഥ മിതാണ്: "മൂല്യം മൂല്യത്തെ നിർണയിക്കുന്നു". നമുക്ക് സത്യത്തിൽ മൂ ല്യത്തെപ്പറ്റി ഒരു ചുക്കുമറിഞ്ഞുകൂടെന്ന് മാത്രമാണ് ഈ പുനരുക്തിയുടെ അർഥം. ഈ പ്രമേയം അംഗീകരിച്ചു കഴിഞ്ഞാൽ അർഥ ശാസ്ത്രത്തിന്റെ പൊതു നിയമങ്ങളെക്കുറിച്ചുള്ള എല്ലാ വാദവും വെറും കഴമ്പില്ലാത്ത ജൽ പ്പനമായി മാറുന്നു. അതുകൊണ്ട് 1817- ൽ പ്രസിദ്ധീകരിച്ച *അർഥശാ സ്ത്രപ്രമാണങ്ങൾ* എന്ന കൃതിയിൽ റെ ക്കാഡോ "കൂലി വിലയെ നിർ ണ്ണയിക്കുന്നു" വെന്ന പ്രചാരമുള്ളതും പഴകിത്തേഞ്ഞതുമായ അബദ്ധ ധാരണയെ സമൂലം പൊളിച്ചുവെന്നത് അദ്ദേഹത്തിന്റെ വലിയൊരു മേ ന്മയാണ്. ആഡംസ്മിത്തും അദ്ദേഹ ത്തിന്റെ ഫ്രെഞ്ച് മുൻഗാമികളും അ വരുടെ ഗവേഷണങ്ങളുടെ യഥാർ ഥത്തിൽ ശാസ്ത്രീയമായ അംശങ്ങ ളിൽ നിരാകരിച്ചതും എന്നാൽ സാധാരണക്കാരെ ഉദ്ദേശിച്ച് ഗ്രാമ്യമായി ട്ടെഴുതിയ അധ്യായങ്ങളിൽ ആവർത്തിച്ചതും ഈ അബദ്ധധാരണയാണ്.

6

മൂല്യവും അധ്വാനവും

മാന്യരെ, പ്രശ്നത്തിന്റെ യഥാർഥ വിശദീകരണത്തിലേക്ക് കടക്കേ
ണ്ട ഒരു ഘട്ടത്തിൽ ഞാനിപ്പോൾ എത്തിച്ചേർന്നിരിക്കയാണ്. ഇത്
തികച്ചും തൃപ്തികരമായ വിധത്തിൽ നടത്താമെന്ന് വാക്കുതരാൻ എനി
ക്ക് നിവൃത്തിയില്ല. കാരണം, അതിന് അർഥശാസ്ത്രത്തിന്റെ രംഗത്തെ
യൊട്ടാകെ അവലോകനം ചെയ്യേണ്ടിവരും. ഫ്രഞ്ചുകാർ പറയുമ്പോലെ
എനിക്ക് effeurer la question — അതായത്, പ്രധാനപ്പെട്ട കാര്യങ്ങൾ
സ്പർശിക്കാനേ — നിവൃത്തിയുള്ളൂ.

ആദ്യം ഉന്നയിക്കേണ്ട ചോദ്യമിതാണ്: ഒരു ചരക്കിന്റെ മൂല്യം
എന്നാലെന്താണ്? അതെങ്ങനെ നിർണയിക്കപ്പെടുന്നു?

ഒരു ചരക്കിന്റെ മൂല്യം തികച്ചും ആപേക്ഷികമാണെന്നും ഒരു
ചരക്കിന് മറ്റെല്ലാ ചരക്കുകളുമായുള്ള ബന്ധം കണക്കിലെടുക്കാതെ നിർ
ണയിക്കാവുന്നതല്ലെന്നും ഒറ്റനോട്ടത്തിൽ തോന്നാം. വാസ്തവത്തിൽ,
ഒരു ചരക്കിന്റെ മൂല്യത്തെപ്പറ്റി, വിനിമയമൂല്യത്തെപ്പറ്റി, പറയുമ്പോൾ,
അത് മറ്റെല്ലാ ചരക്കുകളുമായി കൈമാറ്റം ചെയ്യപ്പെടുന്നതിന്റെ ആനുപാ
തികപരിമാണങ്ങളെയാണ് നാമുദ്ദേശിക്കുന്നത്. പക്ഷേ അപ്പോൾ മറ്റൊരു
ചോദ്യമുദിക്കുന്നു: ചരക്കുകളെ പരസ്പരം കൈമാറ്റം ചെയ്യപ്പെടുന്നതി
ന്റെ അനുപാതങ്ങൾ എങ്ങനെയാണു ക്രമീകരിക്കപ്പെടുന്നത്?

ഈ അനുപാതങ്ങളുടെ വൈവിധ്യത്തിന് അവസാനമില്ലെന്ന്
അനുഭവത്തിൽ നിന്ന് നമുക്കറിയാം. ഗോതമ്പെന്ന ഒരൊറ്റ ചരക്കിനെ
ഉദാഹരണമായെടുത്താൽ, കാൽ ശതത്തുക്കം ഗോതമ്പ് ഏതാണ്ട്
അളവറ്റവണ്ണം വിവിധങ്ങളായ അനുപാതങ്ങളിൽ വ്യത്യസ്തചരക്കുകളു
മായി കൈമാറ്റം ചെയ്യപ്പെടുന്നുവെന്നു നമുക്കു കാണാൻ കഴിയും.
എന്നാൽ പട്ടായോ സ്വർണമായോ മറ്റേതെങ്കിലും ചരക്കായോ പ്രകാശി
പ്പിച്ചാലും അതിന്റെ മൂല്യം എപ്പോഴും ഒന്നുതന്നെയായിരിക്കുന്നതു

കൊണ്ട് വിവിധചരക്കുകളുമായുള്ള വ്യത്യസ്തവിനിമയനിരക്കു കളിൽനിന്ന് വ്യതിരിക്തവും സ്വതന്ത്രവുമായ എന്തോ ഒന്നായിരിക്കണം അത്. വിവിധചരക്കുകളുമായുള്ള ഈ വിവിധസമീകരണങ്ങളെ തികച്ചും മറ്റൊരു രൂപത്തിൽ പ്രകാശിപ്പിക്കാൻ സാധ്യമാവേണ്ടതാണ്.

മാത്രമല്ല, കാൽശതത്തുക്കം ഗോതമ്പ് ഇന്ന അനുപാതത്തിൽ ഇരുമ്പുമായി കൈമാറ്റംചെയ്യപ്പെടുന്നുവെന്നോ അല്ലെങ്കിൽ കാൽശ തത്തുക്കം ഗോതമ്പിന്റെ മൂല്യം ഇത്ര ഇരുമ്പായി പ്രകാശിപ്പിക്കപ്പെടു ന്നുവെന്നോ ഞാൻ പറയുകയാണെങ്കിൽ, ഗോതമ്പിന്റെ മൂല്യവും അതിനു സമമൂല്യമായ ഇരുമ്പും ഗോതമ്പോ ഇരുമ്പോ അല്ലാത്ത മൂന്നാ മതൊരു വസ്തുവിനു തുല്യമാണെന്നു പറയുകയാണു ഞാൻ ചെയ്യു ന്നത്. കാരണം, അവ ഒരു പരിമാണത്തെ രണ്ടു വിഭിന്നരൂപങ്ങളിൽ പ്രകാ ശിപ്പിക്കുന്നതായി ഞാൻ സങ്കൽപ്പിച്ചിരിക്കുന്നു. അതുകൊണ്ട് അവ രണ്ടി നെയും – ഗോതമ്പിനെയും ഇരുമ്പിനെയും – ഒന്നു മറ്റെതിനെ ആശ്ര യിക്കാതെ, അവയുടെ പൊതുമാത്രയായ ഈ മൂന്നാമത്തെ വസ്തുവായി പ്രകാശിപ്പിക്കാൻ കഴിയും.

ഇക്കാര്യം വ്യക്തമാക്കാൻ ഞാൻ വളരെ ലളിതമായ ജ്യാമിതീയ ദൃഷ്ടാന്തം പറയാം. പല രൂപത്തിലും മാനത്തിലുമുള്ള ത്രികോണ ങ്ങ ളുടെ ക്ഷേത്രഫലങ്ങളെ താരതമ്യപ്പെടുത്തുമ്പോൾ, അല്ലെങ്കിൽ ത്രികോ ണങ്ങളെ ദീർഘചതുരങ്ങളോടോ മറ്റെതെങ്കിലും ഋജുരേഖരൂപത്തോടോ താരതമ്യപ്പെടുത്തുമ്പോൾ, നാം എന്താണു ചെയ്യുന്നത്? നാം ഏതു ത്രികോണത്തിന്റെയും ക്ഷേത്രഫലത്തെ അതിന്റെ ദൃശ്യരൂപത്തിൽ നിന്നു തികച്ചും വിഭിന്നമായ ഒരു വ്യഞ്ജകത്തിന്റെ രൂപത്തിൽ പറയു ന്നു. ത്രികോണത്തിന്റെ സ്വഭാവത്തിൽനിന്ന് അതിന്റെ ക്ഷേത്ര ഫലം അതിന്റെ പാദത്തിന്റെ ഉയരംകൊണ്ടു ഗുണിച്ചാൽ കിട്ടുന്നതിന്റെ പകു തിയാണെന്ന് കണ്ടുപിടിച്ചിട്ടുള്ള സ്ഥിതിക്ക് നമുക്ക് നാനാതരം ത്രികോ ണങ്ങളുടേയും ഋജുരേഖരൂപങ്ങളുടെയും വ്യത്യസ്തമൂല്യങ്ങളെ താരതമ്യപ്പെടുത്താൻ കഴിയും. എന്തുകൊണ്ടെന്നാൽ അവയെയെല്ലാം തന്നെ ഒരു നിശ്ചിത എണ്ണം ത്രികോണങ്ങളായി തിരിക്കാൻ കഴിയും.

ഇതേ നടപടിക്രമം തന്നെ ചരക്കുകളുടെ മൂല്യങ്ങൾക്കും ബാധക മായിരിക്കണം. അവയെയെല്ലാംതന്നെ അവയ്ക്ക് പൊതുവായിട്ടുള്ള ഒരു വ്യഞ്ജകമായി പ്രകാശിപ്പിക്കാൻ നമുക്കു കഴിയണം. ആ ഒരേമാത്ര അടങ്ങിയിട്ടുള്ള അനുപാതങ്ങൾ മാത്രമേ അവയെ വേർതിരിക്കുന്നുള്ളു.

ചരക്കുകളുടെ വിനിമയമൂല്യങ്ങൾ അവയുടെ സാമൂഹ്യ ധർമങ്ങൾ മാത്രവും അവയുടെ സ്വാഭാവിക ഗുണങ്ങളുമായി യാതൊരു ബന്ധ വുമില്ലാത്തവയുമായതുകൊണ്ട് നമുക്ക് ആദ്യമേ തന്നെ ചോദിക്കേണ്ടി യിരിക്കുന്നു: എല്ലാ ചരക്കുകൾക്കും പൊതുവായ സാമൂഹ്യസത്ത എന്താണ്? അധ്വാനം. ഒരു ചരക്കുൽപ്പാദിപ്പിക്കാൻ അധ്വാനത്തിന്റെ ഒരു നിശ്ചിത തുക അതിൽ ചെലുത്തുകയോ അതിന്മേൽ ചെലവഴിക്കുകയോ ചെയ്യണം. വെറും അധ്വാനമല്ല, സാമൂഹ്യാധ്വാനമെന്നു ഞാൻ പറയുന്നു.

തനിക്കുതന്നെ ഉടനടി ഉപയോഗിക്കാൻ വേണ്ടി, സ്വന്തമായ ഉപഭോഗത്തി നുവേണ്ടി, ഒരു സാധനം ഉൽപ്പാദിപ്പിക്കുന്നയാൾ സൃഷ്ടിക്കുന്നത് ഒരു ഉൽപ്പന്നമാണ്, പക്ഷെ ചരക്കല്ല. സ്വയം നിലനിൽക്കുന്ന ഉൽപാദകനെന്ന നിലയ്ക്ക് അയാൾക്ക് സമൂഹവുമായി യാതൊരു ബന്ധവുമില്ല. എന്നാൽ ഒരു ചരക്ക് ഉൽപ്പാദിപ്പിക്കണമെങ്കിൽ ഒരാൾ ഏതെങ്കിലും സാമൂഹ്യാ വശ്യം നിറവേറ്റുന്ന ഒരു സാധനം ഉൽപ്പാദിപ്പിച്ചാൽ മാത്രം പോര. അയാ ളുടെ അധ്വാനം തന്നെ സമൂഹം ചെലവഴിക്കുന്ന മൊത്തം അധ്വാന ത്തിന്റെ ഒരു അവിഭാജ്യഭാഗമായിരിക്കുകയും വേണം. സമൂഹത്തിന കത്തെ തൊഴിൽ വിഭജനത്തിന് അത് വിധേയമായിരിക്കണം. അധ്വാന ത്തിന്റെ മറ്റു വിഭാഗങ്ങളെ കൂടാതെ അത് യാതൊന്നുമല്ല. അവയെ സംയോജിപ്പിക്കാൻ അത് ബാധ്യസ്ഥവുമാണ്.

നമ്മൾ ചരക്കുകളെ മൂല്യങ്ങളായി പരിഗണിക്കുമ്പോൾ സാക്ഷാൽ ക്കരിക്കപ്പെട്ട, ക്ലിപ്തമായ, മൂർത്തീകരിക്കപ്പെട്ട (എന്നു വേണമെങ്കിൽ പറയാം) സാമൂഹ്യാധ്വാനത്തിന്റെ ഒരേയൊരു വീക്ഷണകോണിൽ നിന്നു മാത്രമെ നാം അവയെ വീക്ഷിക്കുന്നുള്ളു. അധ്വാനത്തിന്റെ കൂടുതലോ കുറവോ ആയ പരിമാണങ്ങളെ പ്രതിനിധാനം ചെയ്യുന്നു എന്നതിൽ മാത്രമേ ഈ ഒരു കാര്യത്തെ സംബന്ധിച്ചിടത്തോളം അവതമ്മിൽ വ്യത്യാസം വരാൻ നിവൃത്തിയുള്ളു. ഉദാഹരണത്തിന്, ഒരു ഇഷ്ടിക യിൽ ചെലുത്തുന്നതിനേക്കാൾ കൂടുതൽ അധ്വാനം ഒരു പട്ടുതുവാലയിൽ ചെലുത്തിയെന്നുവരാം. പക്ഷെ അധ്വാനത്തിന്റെ പരിമാണങ്ങളെ അളക്കുന്നതെങ്ങനെയാണ്? അധ്വാനം നീണ്ടുനിൽക്കുന്ന സമയം നോക്കി, മണിക്കൂറുവെച്ചും ദിവസം വെച്ചും മറ്റും അധ്വാനത്തെ അളന്നുകൊണ്ട്, തീർച്ചയായും ഈ മാനദണ്ഡം പ്രയോഗിക്കാൻ വേണ്ടി നാനാതരം അധ്വാനത്തെ അവയുടെ മാത്രയെന്ന നിലയിൽ ശരാശരി യായ അഥവാ ലളിതമായ അധ്വാനമാക്കി ചുരുക്കുന്നു.

അങ്ങനെ നാം ഈയൊരു നിഗമനത്തിലെത്തുന്നു : സാമൂഹ്യാധ്വാന ത്തിന്റെ മൂർത്തീകരണമായതുകൊണ്ടാണ് ഒരു ചരക്കിന് മൂല്യമുള്ളത്. അതിന്റെ മൂല്യത്തിന്റെ , സാപേക്ഷമൂല്യത്തിന്റെ, വലുപ്പം അതിലടങ്ങി യിട്ടുള്ള ആ സാമൂഹ്യസത്തയുടെ കൂടുതൽ കുറവിനെ ആശ്രയിച്ചി രിക്കും. അതായത്, അതിന്റെ ഉൽപ്പാദനത്തിനാവശ്യമായ സാപേക്ഷ അധ്വാനത്തിന്റെ തുകയെ ആശ്രയിച്ചിരിക്കും. അതുകൊണ്ട് ചരക്കുക ളുടെ സാപേക്ഷമൂല്യങ്ങളെ നിർണയിക്കുന്നത് അവയിൽ ചെലുത്തുന്ന, സാക്ഷാൽക്കരിക്കപ്പെടുന്ന, ഉറപ്പിക്കപ്പെടുന്ന, അധ്വാനത്തിന്റെ തുക അഥവാ പരിമാണമാണ്. ഒരേ അധ്വാനസമയത്തിനുള്ളിൽ ഉൽപ്പാദിപ്പി ക്കാവുന്ന ചരക്കുകളുടെ സംഗതപരിമാണങ്ങൾ തുല്യമാണ്. അഥവാ, ഒരു ചരക്കിൽ ഉറപ്പിച്ചിരിക്കുന്ന അധ്വാനത്തിന്റെ പരിമാണവും മറ്റൊരു ചരക്കിൽ ഉറപ്പിച്ചിരിക്കുന്ന അധ്വാനത്തിന്റെ പരിമാണവും തമ്മിലുള്ള അതേ അനുപാതത്തിൽ തന്നെയാണ് രണ്ടിന്റെയും മൂല്യങ്ങൾ സ്ഥിതിചെയ്യുന്നത്.

നിങ്ങളിൽ പലരും ഒരു ചോദ്യം ചോദിക്കുമെന്ന് ഞാൻ സംശയി ക്കുന്നു; ചരക്കുകളുടെ മൂല്യങ്ങളെ കൂലിവെച്ച് നിർണയിക്കുന്നതും അവയെ അവയുടെ ഉൽപ്പാദനത്തിനാവശ്യമായ അധ്വാനത്തിന്റെ സാപേക്ഷ പരിമാണങ്ങൾ വെച്ച് നിർണയിക്കുന്നതും തമ്മിൽ ഇത്ര വലിയ വ്യത്യാസമുണ്ടോ? അധ്വാനത്തിനുള്ള പ്രതിഫലവും അധ്വാന ത്തിന്റെ പരിമാണവും തികച്ചും വിഭിന്നങ്ങളായ കാര്യങ്ങളാണെന്ന് നിങ്ങൾ മനസ്സിലാക്കണം. ഉദാഹരണത്തിന് കാൽ ശതത്തുക്കം ഗോതമ്പിലും ഒരൗൺസ് സ്വർണത്തിലും ഉറപ്പിച്ചിരിക്കുന്ന അധ്വാന ത്തിന്റെ പരിമാണങ്ങൾ തുല്യമാണെന്നിരിക്കട്ടെ. ഞാൻ ഈ ഉദാഹരണം പറയാൻ കാരണമുണ്ട്. 'കടലാസു നാണയത്തിന്റെ സ്വഭാവത്തെയും അവശ്യകതയെയും സംബന്ധിച്ച ഒരു വിനീതാന്വേഷണം' എന്ന ശീർഷ കത്തിൽ 1729-ൽ പ്രസിദ്ധീകരിച്ച തന്റെ ആദ്യത്തെ പ്രബന്ധത്തിൽ ബെഞ്ചമിൻ ഫ്രാങ്ക്ളിൻ ഇതേ ഉദാഹരണം എടുക്കുകയുണ്ടായി. മൂല്യ ത്തിന്റെ യഥാർഥ സ്വഭാവം അദ്ദേഹം ആ പ്രബന്ധത്തിൽ കണ്ടെത്തി യിട്ടുണ്ട്. അത് ആദ്യമായി കണ്ടെത്തിയവരിലൊരാളാണദ്ദേഹം. അങ്ങനെ നമ്മൾ കാൽശതത്തുക്കം ഗോതമ്പും ഒരൗൺസ് സ്വർണവും തുല്യമൂല്യ ങ്ങൾ അല്ലെങ്കിൽ സമമൂല്യങ്ങൾ ആണെന്നു സങ്കൽപ്പിക്കുന്നു. കാരണം, തുല്യ അളവുകളിലുള്ള ശരാശരി അധ്വാനത്തിന്റെ — ഒരൊന്നിലും ഉറപ്പിച്ചിട്ടുള്ള ഇത്ര ദിവസത്തെ, അല്ലെങ്കിൽ ഇത്ര ആഴ്ചയിലത്തെ, അധ്വാനത്തിന്റെ — മൂർത്തീകരണങ്ങളാണ് അവ. സ്വർണത്തിന്റെയും ഗോതമ്പിന്റെയും സാപേക്ഷ മൂല്യങ്ങളെ ഇങ്ങനെ നിർണയിക്കുമ്പോൾ നമ്മൾ കർഷകതൊഴിലാളിയുടെയും ഖനിത്തൊഴിലാളിയുടെയും കൂലിയെ ഏതെങ്കിലും വിധത്തിൽ പരാമർശിക്കുന്നുണ്ടോ? ഒരുതരിപോ ലുമില്ല. അവരുടെ ദിവസത്തെ അല്ലെങ്കിൽ ആഴ്ചയിലത്തെ അധ്വാന ത്തിന് എങ്ങനെ കൂലികൊടുത്തു, കൂലിവേലയെ ഏർപ്പെടുത്തുക തന്നെയുണ്ടായോ, എന്നതു തീർച്ചയില്ലാത്തതായി നാം വിടുന്നു. കൂലി വേല ഏർപ്പെടുത്തിയെങ്കിൽ തന്നെ കൂലി വളരെയേറെ അസമമായി രിക്കാം. കാൽശതത്തുക്കം ഗോതമ്പിൽ അധ്വാനം ചെലുത്തിയ തൊഴിലാ ളിക്ക് വെറും രണ്ട് ബുഷലായിരിക്കും കിട്ടുന്നത്. ഖനിയിലേർപ്പെടുത്തിയ തൊഴിലാളിക്ക് അര ഔൺസ് സ്വർണം കിട്ടിയെന്നിരിക്കും. ഇനി അഥവാ അവരുടെ കൂലി സമമാണെങ്കിൽ തന്നെ, അത് അവരുൽപ്പാദിപ്പിക്കുന്ന ചരക്കുകളുടെ മൂല്യങ്ങളിൽ നിന്ന് എന്തെല്ലാം അനുപാതങ്ങളിൽ വ്യതിചലിക്കാൻ ഇടയുണ്ട്. അത് കാൽശതത്തുക്കം ധാന്യത്തിന്റെയോ ഒരൗൺസ് സ്വർണത്തിന്റെയോ പകുതി, മൂന്നിലൊന്ന്, നാലിലൊന്ന്, അഞ്ചിലൊന്ന്, അല്ലെങ്കിൽ മറ്റേതെങ്കിലും ആനുപാതികാംശം ആയെന്നുവരാം. തീർച്ചയായും അവരുടെ കൂലി അവരുൽപ്പാദിപ്പിച്ച ചരക്കുകളുടെ മൂല്യത്തെക്കാൾ കൂടാൻ സാധ്യമല്ല, കവിയാൻ സാധ്യമല്ല. പക്ഷെ എത്രവേണമെങ്കിലും കുറയാൻ സാധിക്കും. ഉൽപ്പന്നങ്ങളുടെ മൂല്യങ്ങൾ അവരുടെ കൂലിക്ക് പരിധി കൽപ്പിക്കും.

പക്ഷെ കൂലി അവരുടെ ഉൽപ്പന്നങ്ങളുടെ മൂല്യങ്ങൾക്ക് പരിധി കൽപ്പിക്കുകയില്ല. സർവോപരി, മൂല്യങ്ങൾ — ഉദാഹരണത്തിന് ധാന്യത്തിന്റെയും സ്വർണത്തിന്റെയും സാപേക്ഷ മൂല്യങ്ങൾ — ഏർപ്പെടുത്തപ്പെട്ട അധ്വാനത്തിന്റെ മൂല്യത്തെ, അതായത് കൂലിയെ, ഒരുവിധത്തിലും കണക്കിലെടുക്കാതെ നിർണയിക്കപ്പെട്ടിരിക്കുന്നു. അതുകൊണ്ട് ചരക്കുകളുടെ മൂല്യങ്ങളെ അവയിലുറപ്പിച്ചിട്ടുള്ള അധ്വാനത്തിന്റെ സാപേക്ഷ പരിമാണങ്ങൾ വെച്ച് നിർണയിക്കുകയെ ന്നത് ചരക്കുകളുടെ മൂല്യങ്ങളെ അധ്വാനത്തിന്റെ മൂല്യം അഥവാ കൂലി വച്ച് നിർണയിക്കുകയെന്ന പുനരുക്തിപരമായ രീതിയിൽ നിന്ന് തികച്ചും വ്യത്യസ്തമാണ്. ഏതായാലും നമ്മുടെ അന്വേഷണത്തിന്റെ പുരോഗതി ക്കിടയിൽ ഇക്കാര്യം കൂടുതൽ വിശദീകരിക്കുന്നതാണ്.

ഒരു ചരക്കിന്റെ വിനിമയമൂല്യം കണക്കാക്കുമ്പോൾ, അവസാനം വിനിയോഗിക്കുന്ന അധ്വാനത്തിന്റെ കൂടെ ആ ചരക്കിനുള്ള അസംസ്കൃ ത പദാർഥങ്ങളിൽ മുമ്പ് ചെലുത്തിയ അധ്വാനവും, അവസാനം വിനി യോഗിക്കുന്ന അധ്വാനത്തെ സഹായിക്കുന്ന ഉപകരണങ്ങളിലും പണി യായുധങ്ങളിലും യന്ത്രങ്ങളിലും കെട്ടിടങ്ങളിലും ചെലവഴിക്കപ്പെട്ട അധ്വാനവും കൂട്ടണം. ഉദാഹരണത്തിന്, ഒരു നിശ്ചിത പരിമാണത്തിലു ള്ള പരുത്തി നൂലിന്റെ മൂല്യമെന്നത്, നൂൽനൂൽപ്പിനിടയിൽ പരുത്തിയോട് ചേർക്കപ്പെട്ട അധ്വാനം, മുമ്പ് ആ പരുത്തിയിൽ തന്നെ സാക്ഷാൽക്കരി ക്കപ്പെട്ട അധ്വാനം, കൽക്കരി, എണ്ണ, തുടങ്ങിയ സഹായകസാമഗ്രികളിൽ സാക്ഷാൽക്കരിക്കപ്പെട്ട അധ്വാനം, ആവിയന്ത്രം, തക്ലികൾ, ഫാക്ടറി ക്കെട്ടിടം തുടങ്ങിയവയിൽ ഉറപ്പിക്കപ്പെട്ട അധ്വാനം ഇവയുടെയെല്ലാം കൂടിയുള്ള മൂർത്തീകരണമാണ്. പണിയായുധങ്ങൾ, യന്ത്രങ്ങൾ, കെട്ടിടങ്ങൾ, എന്നിങ്ങനെ യഥാർഥത്തിൽ ഉൽപ്പാദനോപകരണങ്ങളെന്ന് പറയപ്പെടുന്നവ ആവർത്തിച്ചുള്ള ഉൽപ്പാദനപ്രക്രിയകളിൽ താരതമ്യേന നീണ്ടകാലത്തേക്കോ ചുരുങ്ങിയ കാലത്തേക്കോ ഉപകരിക്കുന്നു. അസംസ്കൃത പദാർഥങ്ങളെപ്പോലെ അവയെ തൽക്ഷണം തന്നെ ഉപയോഗിച്ചു തീർന്നിരുന്നെങ്കിൽ അവയുടെ മുഴുവൻ മൂല്യവും അവ ഉൽപ്പാദിപ്പിക്കാൻ സഹായിക്കുന്ന ചരക്കുകളിലേക്ക് അപ്പോൾ തന്നെ മാറ്റിയേനെ. എന്നാൽ, ഉദാഹരണത്തിന് ഒരു തക്ലി ക്രമേണമാത്രം ഉപയോഗിച്ചു തീർക്കുന്നതുകൊണ്ട് അത് നിലനിൽക്കുന്ന ശരാശരി സമയത്തിന്റെയും ഒരു നിശ്ചിതകാലയളവിൽ — ഉദാഹരണത്തിന് ഒരു ദിവസത്തിൽ — അതിന് സംഭവിക്കുന്ന ശരാശരി തേയ്മാനത്തിന്റെയും അടിസ്ഥാനത്തിൽ ഒരു ശരാശരി കണക്കുകൂട്ടൽ നടത്തുന്നു. ഓരോ ദിവസവും നൂൽക്കുന്ന നൂലിലേക്ക് തക്ലിയുടെ എത്രയംശം മാറ്റപ്പെടു ന്നുവെന്നും അങ്ങനെ ഉദാഹരണത്തിന് ഒരു റാത്തൽ നൂലിൽ സാക്ഷാൽ ക്കരിക്കപ്പെട്ടിട്ടുള്ള മൊത്തം അധ്വാനത്തിന്റെ എത്ര ഭാഗം തക്ലിയിൽ നേരത്തെത്തന്നെ സാക്ഷാൽക്കരിക്കപ്പെട്ട അധ്വാനമായിരുന്നുവെന്നും നാം ഈ വിധത്തിൽ കണക്കുകൂട്ടുന്നു. നമ്മുടെ ഇപ്പോഴത്തെ ഉദ്ദേശ്യ ത്തിന് ഇക്കാര്യം കൂടുതൽ വിശദീകരിക്കേണ്ടയാവശ്യമില്ല.

ഒരു ചരക്കിന്റെ മൂല്യത്തെ നിർണയിക്കുന്നത് അതിന്റെ ഉൽപ്പാദന ത്തിൽ ചെലുത്തപ്പെടുന്ന അധ്വാനത്തിന്റെ പരിമാണമാണെങ്കിൽ, ഒരാൾ എത്ര കൂടുതൽ അലസനാണോ, അല്ലെങ്കിൽ എത്ര കൂടുതൽ അസ മർഥനാണോ, അത്രയും കൂടുതൽ മൂല്യമുള്ളതായിരിക്കും അയാളുടെ ചരക്കെന്ന് തോന്നിയേക്കാം. കാരണം ആ ചരക്കു തീർക്കാൻ അത്രയും കൂടുതൽ സമയം വേണ്ടിവന്നല്ലോ. എന്നാലിത് ഒരു ദയനീയമായ തെറ്റാ യിരിക്കും. ഞാൻ ഉപയോഗിച്ചത് "സാമൂഹ്യാധ്വാനം" എന്ന വാക്കാണെ ന്ന് നിങ്ങൾ ഓർക്കുന്നുണ്ടാവും. "സാമൂഹ്യം" എന്ന ഈ വിശേഷണ ത്തിൽ പലതും അടങ്ങിയിട്ടുണ്ട്. ഒരു ചരക്കിന്റെ മൂല്യത്തെ നിർണയി ക്കുന്നത് അതിൽ ചെലുത്തപ്പെടുകയോ മൂർത്തീകരിക്കപ്പെടുകയോ ചെയ്തിട്ടുള്ള അധ്വാനത്തിന്റെ പരിമാണമാണ് എന്നു പറയുമ്പോൾ, ഇന്ന ശരാശരി സാമൂഹ്യോൽപ്പാദന സാഹചര്യങ്ങളും ഏർപ്പെടുത്തപ്പെട്ട അധ്വാനത്തിന് ഇന്ന ശരാശരി സാമൂഹ്യതീവ്രതയും ശരാശരി വൈദഗ് ധ്യവുമുള്ള ഇന്ന സാമൂഹ്യസ്ഥിതിയിൽ അതിന്റെ ഉൽപ്പാദനത്തിനാ വശ്യമായ അധ്വാനത്തിന്റെ പരിമാണം എന്നാണു നാം അർഥമാക്കുന്നത്. ഇംഗ്ലണ്ടിൽ യന്ത്രത്തറി കൈത്തറിയുമായി മത്സരിക്കാൻ തുടങ്ങി യപ്പോൾ നൂലിനെ ഒരു വാര തുണിയാക്കി മാറ്റാൻ മുമ്പത്തേതിന്റെ പകു തി സമയമേ വേണ്ടിവന്നുള്ളൂ. മുമ്പ് ഒമ്പതോ പത്തോ മണിക്കൂർ പണിയെടുത്തിരുന്ന പാവപ്പെട്ട കൈത്തറി നെയ്ത്തുകാരൻ ഇപ്പോൾ ദിവസം പതിനേഴും പതിനെട്ടും മണിക്കൂർ പണിയെടുത്തു. എന്നിട്ടും അവന്റെ ഇരുപതുമണിക്കൂറിലെ അധ്വാനത്തിന്റെ ഫലം ഇപ്പോൾ പ്രതിനിധാനം ചെയ്തത് സാമൂഹ്യാധ്വാനത്തിന്റെ പത്തു മണിക്കൂറിനെ മാത്രമാണ്, അഥവാ അത്രയും നൂലിനെ തുണിത്തരമാക്കി മാറ്റാൻ സാമൂഹ്യമായി ആവശ്യമായ പത്തു മണിക്കൂറിനെയാണ്. അതുകൊണ്ട് അയാളുടെ ഇരുപതു മണിക്കൂറിന്റെ അധ്വാനഫലത്തിന് മുമ്പത്തെ പത്തു മണിക്കൂറിന്റെ അധ്വാനഫലത്തേക്കാൾ കൂടുതൽ മൂല്യമുണ്ടായിരുന്നില്ല.

അപ്പോൾ ചരക്കുകളിൽ സാക്ഷാൽക്കരിക്കപ്പെട്ടിട്ടുള്ള, സാമൂഹ്യ മായി ആവശ്യമായ അധ്വാനത്തിന്റെ പരിമാണമാണ് അവയുടെ വിനിമയ മൂല്യങ്ങളെ ക്രമീകരിക്കുന്നതെങ്കിൽ, ഒരു ചരക്കിന്റെ ഉൽപ്പാദനത്തി നാവശ്യമായ അധ്വാനത്തിന്റെ പരിമാണത്തിലെ ഓരോ വർധനവും അതിന്റെ മൂല്യത്തെ വർധിപ്പിക്കുകയും ഓരോ കുറവും മൂല്യത്തെ കുറയ്ക്കുകയും വേണം.

ഒരോരോ ചരക്കുകളുടെ ഉൽപ്പാദനത്തിനാവശ്യമായ അധ്വാന ത്തിന്റെ സംഗതപരിമാണങ്ങൾക്ക് മാറ്റമില്ലെങ്കിൽ അവയുടെ സാപേക്ഷ മൂല്യങ്ങൾക്കും മാറ്റമുണ്ടാവാൻ പാടില്ലാത്തതാണ്. എന്നാൽ യഥാർഥ ത്തിൽ അങ്ങനെയല്ല സംഭവിക്കുന്നത്. ഒരു ചരക്കിന്റെ ഉൽപ്പാദന ത്തിനാവശ്യമായ അധ്വാനത്തിന്റെ പരിമാണം, ഏർപ്പെടുത്തപ്പെട്ട അധ്വാനത്തിന്റെ ഉൽപ്പാദനശക്തിയിലുണ്ടാവുന്ന മാറ്റങ്ങളനുസരിച്ച് തുടർച്ചയായി മാറിക്കൊണ്ടിരിക്കും. അധ്വാനത്തിന്റെ ഉൽപ്പാദനശക്തി

കൂടുന്തോറും ഒരു നിശ്ചിത അധ്വാന സമയത്തിനുള്ളിൽ കൂടുതൽ ഉൽപ്പന്നം പൂർത്തിയാവുന്നു. അധ്വാനത്തിന്റെ ഉൽപ്പാദനശക്തി കുറയുന്തോറും അതേ സമയത്തിനുള്ളിൽ പൂർത്തിയാക്കപ്പെടുന്ന ഉൽപ്പന്നം കുറയുന്നു. ഉദാഹരണത്തിന് ജനസംഖ്യയുടെ വർധനവുമൂലം വളക്കുറുകുറഞ്ഞ ഭൂമി കൃഷിചെയ്യേണ്ടിവരികയാണെങ്കിൽ, ഉൽപ്പന്ന ത്തിന്റെ ഒരേ അളവ് കിട്ടാൻ കൂടുതൽ അധ്വാനം ചെലവഴിക്കേണ്ടി വരികയും അതിന്റെ ഫലമായി കാർഷികോൽപ്പന്നങ്ങളുടെ മൂല്യം കൂടുകയും ചെയ്യും. നേരേമറിച്ച്, ആധുനികമായ ഉൽപ്പാദനോപാധികൾ ഉപയോഗിച്ചുകൊണ്ട് ഒരൊറ്റ നെയ്ത്തുകാരൻ ഒരു തൊഴിൽ ദിവസത്തിൽ, മുമ്പ് ചർക്കവെച്ച് അത്രതന്നെ സമയത്തിനുള്ളിൽ നെയ്യാൻ കഴിയുമായിരുന്നതിന്റെ അനേകായിരം മടങ്ങ് പഞ്ഞി നൂലാക്കി മാറ്റുന്നുണ്ടെങ്കിൽ, ഓരോ റാത്തൽ പഞ്ഞിയും മുമ്പത്തേതിന്റെ അനേകാ യിരത്തിലൊരംശം നൂൽനൂൽപ്പധ്വാനമേ വലിച്ചെടുക്കൂ എന്നും അതിന്റെ ഫലമായി നൂൽനൂൽപ്പ് ഓരോ റാത്തൽ പഞ്ഞിയോടും കൂട്ടിച്ചേർക്കുന്ന മൂല്യം മുമ്പത്തേതിന്റെ അനേകായിരത്തിലൊരംശം മാത്രമായിരിക്കു മെന്നും വ്യക്തമാണ്. നൂലിന്റെ മൂല്യം അതനുസരിച്ച് കുറയുകയയും ചെയ്യും.

വിവിധ ജനതകളുടെ വൃത്യസ്തമായ നൈസർഗിക കഴിവുകൾ ക്കും ആർജിത അധ്വാനശേഷിക്കും പുറമേ, അധ്വാനത്തിന്റെ ഉൽപ്പാദന ശക്തി മുഖ്യമായും ആശ്രയിച്ചിരിക്കുന്നത്, ഒന്നാമത്, മണ്ണിന്റെ വളക്കൂര്, ഖനികളുടെ ഫലപുഷ്ടി, തുടങ്ങിയ പ്രാകൃതിക സാഹചര്യങ്ങളെയാണ്. രണ്ടാമത്, വൻതോതിലുള്ള ഉൽപ്പാദനം, മൂലധനത്തിന്റെ സാന്ദ്രീകര ണം, അധ്വാനത്തിന്റെ സംയോജനം, അധ്വാനത്തിന്റെ ഉപവിഭജനം, യന്ത്രങ്ങൾ, മെച്ചപ്പെടുത്തപ്പെട്ട രീതികൾ, രാസ പദാർഥങ്ങളുടെയും മറ്റു സ്വാഭാവിക ഘടകങ്ങളുടെയും പ്രയോഗം, വാർത്താ വിനിമയ – ഗതാഗതമാർഗങ്ങൾ മുഖേനയുള്ള സ്ഥലകാലന്യൂനീകരണം, പ്രകൃതി ശക്തികളെ അധ്വാനത്തിന്റെ വരുതിയിൽ കൊണ്ടുവരാൻ ശാസ്ത്രം ഉപ യോഗിക്കുന്നതും അധ്വാനത്തിന്റെ സാമൂഹ്യമോ സഹകരണാത്മകമോ ആയ സ്വഭാവത്തെ വളർത്തുന്നതുമായ മറ്റു പലതരം ഉപാധികൾ, എന്നിവയുടെ ഫലമായി അധ്വാനത്തിന്റെ സാമൂഹ്യ ശക്തിക്കുണ്ടാവുന്ന വർധമാനമായ മെച്ചപ്പെടലിനെയാണ്. അധ്വാനത്തിന്റെ ഉൽപ്പാദന ശക്തി കൂടുന്തോറും ഉൽപ്പന്നത്തിൽ ചെലുത്തുന്ന അധ്വാനം കുറയുന്നു. അങ്ങനെ ആ ഉൽപ്പന്നത്തിന്റെ മൂല്യം കുറയുന്നു. അധ്വാനത്തിന്റെ ഉൽപ്പാദന ശക്തി കുറയുന്തോറും അതേ ഉൽപ്പന്നത്തിൽ കൂടുതൽ അധ്വാ നം ചെലുത്തപ്പെടുകയും അങ്ങനെ അതിന്റെ മൂല്യം കൂടുകയും ചെയ്യു ന്നു. അതുകൊണ്ട്, ഒരു സാമാന്യ നിയമമെന്ന നിലയ്ക്ക് നമുക്ക് ഇങ്ങനെ പ്രതിപാദിക്കാൻ കഴിയും:

ചരക്കുകളുടെ മൂല്യങ്ങൾ അവയുടെ ഉൽപ്പാദനത്തിനെടുക്കുന്ന അധ്വാന സമയത്തിന് പ്രത്യക്ഷാനുപാതത്തിലും ഏർപ്പെടുത്തപ്പെട്ട

അധ്വാനത്തിന്റെ ഉൽപ്പാദന ശക്തിക്ക് വിപരീതാനുപാതത്തിലും സ്ഥിതിചെയ്യുന്നു

ഞാനിതേവരെ മൂല്യത്തെ പറ്റിമാത്രമേ പറഞ്ഞുള്ളു. അതുകൊണ്ട് മൂല്യം ആർജിക്കുന്ന സവിശേഷരൂപമായ വിലയെക്കുറിച്ചു ഏതാനും വാക്കുകൾകൂടി പറയാം.

വില എന്നു പറയുന്നത് മൂല്യത്തിന്റെ പണരൂപത്തിലുള്ള പ്രകാശനമല്ലാതെ മറ്റൊന്നുമല്ല. ഉദാഹരണത്തിന് ഈ രാജ്യത്തെ എല്ലാ ചരക്കുകളുടേയും മൂല്യങ്ങളെ സ്വർണത്തിലുള്ള വിലകളായിട്ടാണ് പ്രകാശിപ്പിക്കുന്നത്. യൂറോപ്യൻ വൻകരയാവട്ടെ, അവയെ മുഖ്യമായും പ്രകാശിപ്പിക്കുന്നത് വെള്ളിയിലുള്ള മൂല്യങ്ങളായിട്ടാണ്. മറ്റെല്ലാ ചരക്കുകളുടേയുമെന്നപോലെ സ്വർണത്തിന്റെയോ വെള്ളിയുടെയോ മൂല്യത്തെ ക്രമീകരിക്കുന്നത് അവ ലഭിക്കാൻ ആവശ്യമായ അധ്വാന ത്തിന്റെ പരിമാണമാണ്. നിങ്ങൾ നിങ്ങളുടെ ദേശീയാധ്വാനത്തിന്റെ ഒരു നിശ്ചിത തുകയുടെ മൂർത്തീകരണമായ നിങ്ങളുടെ ദേശീയോൽ പ്പന്നങ്ങളെ, സ്വർണവും വെള്ളിയും ഉൽപ്പാദിപ്പിക്കുന്ന രാജ്യങ്ങളുടെ അധ്വാനത്തിന്റെ ഒരു നിശ്ചിതതുകയുടെ മൂർത്തീകരണമായ അവയുടെ ഉൽപ്പന്നങ്ങളുമായി കൈമാറ്റം ചെയ്യപ്പെടുന്നു. അങ്ങനെ വാസ്തവത്തിൽ മാറ്റക്കച്ചവടത്തിലൂടെയാണ് നിങ്ങൾ പലചരക്കുകളുടേയും മൂല്യങ്ങളെ — അതായത് അവയിൽ ചെലുത്തിയിട്ടുള്ള അധ്വാനത്തിന്റെ പരിമാണ ങ്ങളെ — സ്വർണത്തിലും വെള്ളിയിലും പ്രകാശിപ്പിക്കാൻ പഠിക്കുന്നത്. മൂല്യത്തിന്റെ പണരൂപത്തിലുള്ള പ്രകാശനത്തെ, അഥവാ മറ്റൊരു രൂപത്തിൽ പറഞ്ഞാൽ, മൂല്യം വിലയായി മാറുന്നതിനെ, കുറേക്കൂടി അടുത്തു പരിശോധിക്കുന്നപക്ഷം, എല്ലാ ചരക്കുകളുടെയും മൂല്യങ്ങൾ ക്ക് സ്വതന്ത്രവും ഏകാത്മകവുമായ ഒരു രൂപം നൽകാൻ, അഥവാ അവയെ തുല്യമായ സാമൂഹ്യാധ്വാനത്തിന്റെ പരിമാണങ്ങളായി പ്രകാശിപ്പിക്കാൻ, നിങ്ങളെ സഹായിക്കുന്ന ഒരു പ്രക്രിയയാണിതെന്നു കാണാൻ കഴിയും. മൂല്യത്തിന്റെ പണരൂപത്തിലുള്ള പ്രകാശനം മാത്രമാണെന്ന നിലയ്ക്ക് വിലയെ "സ്വഭാവിക വില" എന്ന് ആഡം സ്മിത്തും "അവശ്യവിലയെന്ന്" (Prix necessaire)എന്ന് ഫ്രഞ്ച് ഫിസിയോക്രാറ്റുകളും വിളിക്കുന്നു.

അപ്പോൾ മൂല്യവും കമ്പോളവിലയും തമ്മിൽ, അല്ലെങ്കിൽ സ്വാ ഭാവികവിലയും കമ്പോളവിലയും തമ്മിൽ, എന്തു ബന്ധമാണുള്ളത്? വ്യക്തികളായ ഉൽപ്പാദകരെ സംബന്ധിച്ചിടത്തോളം ഉൽപ്പാദന സാഹ ചര്യങ്ങളിൽ എത്രയെല്ലാം വ്യത്യാസങ്ങളുണ്ടെങ്കിലും ഒരേ തരത്തിലുള്ള എല്ലാ ചരക്കുകൾക്കും ഒരേ കമ്പോളവിലയാണെന്നു നിങ്ങൾക്കെ ല്ലാവർക്കുമറിയാം. ഒരു നിശ്ചിതചരക്കിന്റെ നിശ്ചിതതുകയെ കമ്പോള ത്തിലെത്തിക്കാൻ ശരാശരി ഉൽപ്പാദനസാഹചര്യങ്ങളിൽ ആവശ്യമായ സാമൂഹ്യാധ്വാനത്തിന്റെ ശരാശരി തുകയെ മാത്രമേ കമ്പോളവില പ്രകാശിപ്പിക്കുന്നുള്ളു. ഒരു നിശ്ചിത ഇനത്തിലുള്ള മുഴുവൻ ചരക്കിന്റേയും അടിസ്ഥാനത്തിലാണ് അതു കണക്കാക്കുന്നത്.

ഇതേവരെ ഒരു ചരക്കിന്റെ കമ്പോളവില അതിന്റെ മൂല്യത്തോട് ഒത്തിരിക്കുന്നു. മറുവശത്ത്, മൂല്യത്തേക്കാൾ അഥവാ സ്വാഭാവിക വിലയേക്കാൾ ചിലപ്പോൾ ഉയരുകയും ചിലപ്പോൾ താഴുകയും ചെയ്യുന്ന കമ്പോളവിലകളുടെ ചാഞ്ചാട്ടങ്ങൾ സപ്ലെയുടെയും ഡിമാന്റിന്റെയും ഏറ്റക്കുറച്ചിലുകളെ ആശ്രയിച്ചിരിക്കും. മൂല്യങ്ങളിൽ നിന്നുള്ള കമ്പോള വിലകളുടെ വ്യതിയാനങ്ങൾ നിരന്തരമാണ്. എങ്കിലും, ആഡംസ്മിത്ത് പറയുന്നതുപോലെ''എല്ലാ ചരക്കുകളുടേയും വിലകൾ ഏതൊന്നിലേ ക്കാണോ നിരന്തരം ആകർഷിക്കപ്പെടുന്നത്, ആ കേന്ദ്ര വിലയാണ്..... സ്വാഭാവിക വില . പലതരം യാദൃച്ഛിക സംഭവങ്ങൾ അവയെ ചിലപ്പോൾ അതിനേക്കാൾ വളരെ ഉയരത്തിൽ നിർത്തിയെന്നു വരും. ചിലപ്പോൾ അതിനേക്കാൾ കുറെ താഴോട്ടു തള്ളിയെന്നു പോലും വരും. സ്വസ്ഥ തയുടേയും സ്ഥിരതയുടേയും ഈ കേന്ദ്രത്തിൽ നിലയുറപ്പിക്കാൻ തടസ മായി നിൽക്കുന്ന പ്രതിബന്ധങ്ങൾ എന്തൊക്കെയായാലും അവ അങ്ങോട്ട് നിരന്തരം ചാഞ്ഞുകൊണ്ടിരിക്കുകയാണ്.''[10]

ഈ പ്രശ്നം പരിശോധിക്കാൻ എനിക്കു നിവൃത്തിയില്ല. സപ്ലെയും ഡിമാന്റും തുല്യമാണെങ്കിൽ ചരക്കുകളുടെ കമ്പോളവിലകൾ അവയുടെ സ്വാഭാവിക വിലകൾക്ക്— അതായത്, അവയുടെ ഉൽപ്പാദനത്തിനാ വശ്യമായ അധ്വാനത്തിന്റെ സംഗതപരിമാണങ്ങളാൽ നിർണയിക്ക പ്പെടുന്ന അവയുടെ മൂല്യങ്ങൾക്ക് — അനുസൃതമായിരിക്കുമെന്നു പറഞ്ഞാൽ മതിയാകും. എന്നാൽ സപ്ലെയും ഡിമാന്റും പരസ്പരം തുല്യമാകാൻ നിരന്തരം ശ്രമിക്കാതെ തരമില്ല. ഒരു വ്യതിയാനത്തെ മറ്റൊരു വ്യതിയാനംകൊണ്ട് — ഒരു കയറ്റത്തെ ഒരു ഇറക്കംകൊണ്ടു ഇതുപോലെ തിരിച്ചും — നികത്തുന്നതുവഴി മാത്രമാണ് അവ അങ്ങനെ ചെയ്യുന്ന തെങ്കിൽക്കൂടി ഇതാണ് വാസ്തവം. ദിവസംതോറുമുള്ള ഏറ്റക്കുറച്ചി ലുകളെമാത്രം പരിഗണിക്കുന്നതിനുപകരം ഉദാഹരണത്തിന് മി. ടൂക്ക് തന്റെ 'വിലകളുടെ ചരിത്രത്തിൽ' ചെയ്തിരിക്കുന്നതുപോലെ കൂടുതൽ നീണ്ടകാലയളവുകളിലെ കമ്പോളവിലകളുടെ ചലനത്തെ അപഗ്രഥി ക്കുകയാണെങ്കിൽ, കമ്പോളവിലകളുടെ ഏറ്റക്കുറച്ചിലുകൾ, മൂല്യങ്ങ ളിൽ നിന്നുള്ള അവയുടെ വ്യതിയാനങ്ങൾ, അവയുടെ കൂടുതൽ കുറവു കൾ, അന്യോന്യം മരവിപ്പിക്കുകയും നികത്തുകയും ചെയ്യുന്നുവെന്ന് നിങ്ങൾക്കുകാണാം. അതിന്റെ ഫലമായി, കുത്തകകളുടെ സ്വാധീനത്തെയും ഞാനിപ്പോൾ പരാമർശിക്കാൻ ഉദ്ദേശിക്കാത്ത മറ്റു ചിലവ്യത്യാസങ്ങ ളെയും ഒഴിച്ചു നിർത്തിയാൽ എല്ലാ ഇനത്തിലുള്ള ചരക്കുകളും ശരാശരി വിൽക്കപ്പെടുന്നത് അവരുടെ അതാതു മൂല്യങ്ങൾക്കാണ്, അഥവാ സ്വാഭാവികവിലകൾക്കാണ്. കമ്പോള വിലകളിലെ ഏറ്റക്കുറച്ചിലുകൾ പരസ്പരം നികത്തുന്ന ശരാശരി കാലയളവുകൾ ഓരോയിനം ചരക്കിനും ഒരോന്നാണ്. കാരണം, ഒരിനത്തിന് മറ്റൊന്നിനേക്കാൾ കൂടുതൽ എളുപ്പ ത്തിൽ സപ്ലെയെ ഡിമാന്റുമായി പൊരുത്തപ്പെടുത്താൻ കഴിയുന്നു.

അങ്ങനെ സാമാന്യമായി പറഞ്ഞാൽ ഏറെക്കുറെ നീണ്ട കാലയള

വുകളിൽ എല്ലാ ഇനം ചരക്കുകളും അവയുടെ അതാത് മൂല്യങ്ങൾക്കാണ് വിൽക്കപ്പെടുന്നതെങ്കിൽ, ലാഭം- വ്യക്തികളുടേതല്ല, വിവിധതൊ ഴിലാളികളുടെ സ്ഥിരവും സാധാരണവുമായ ലാഭം — ഉണ്ടാകുന്നത് ചരക്കുകൾ വിലകൂട്ടി വിറ്റിട്ടാണ്, അഥവാ അവയുടെ മൂല്യത്തേക്കാൾ കവിഞ്ഞ വിലയ്ക്കു വിറ്റിട്ടാണ്, എന്നു വിചാരിക്കുന്നത് അസംബ ന്ധമാണ്. ഈ ധാരണ എത്രമാത്രം അസംബന്ധമാണെന്ന് അതിനെ സാമാന്യവൽക്കരിച്ചാൽ വ്യക്തമാകും. വിൽക്കുന്നവനെന്ന നിലയ്ക്ക് ഒരാൾ നിരന്തരം ലാഭിക്കുന്നത് വാങ്ങുന്നവനെന്നനിലയ്ക്ക് അയാൾക്ക് നിരന്തരം നഷ്ടപ്പെടും. വിൽപ്പനക്കാരില്ലാത്ത ക്രേതാക്കളുണ്ടെന്ന്, അല്ലെങ്കിൽ ഉൽപ്പാദകരല്ലാത്ത ഉപഭോക്താക്കളുണ്ടെന്ന്, പറഞ്ഞതുകൊ ണ്ടായില്ല. അവർ ഉൽപ്പാദകർക്ക് വിലയായി കൊടുക്കുന്നത് ആദ്യം തന്നെ അവരിൽനിന്ന് സൗജന്യമായി കിട്ടിയേ പറ്റൂ. ഒരാൾ ആദ്യം നിങ്ങളുടെ പണമെടുക്കുകയും പിന്നീട് നിങ്ങളുടെ ചരക്കുകൾ വാങ്ങിക്കൊണ്ട് ആ പണം മടക്കിത്തരികയും ചെയ്താൽ അതേയാൾക്ക് നിങ്ങളുടെ ചരക്കു കൾ എത്ര വിലകൂട്ടി വിറ്റാലും നിങ്ങൾക്ക് ഒരുകാലത്തും പണം സമ്പാ ദിക്കാൻ കഴിയുകയില്ല. ഇത്തരം ഇടപാടുകൾക്ക് നഷ്ടം കുറക്കാൻ കഴി ഞ്ഞേക്കും, പക്ഷേ ഒരിക്കലും ലാഭമുണ്ടാക്കാൻ കഴിയുകയില്ല.

അതുകൊണ്ട്, ലാഭത്തിന്റെ പൊതുസ്വഭാവം വിശദീകരിക്കുന്നതിന് നിങ്ങൾ ഈ പ്രമേയത്തിൽനിന്നു തുടങ്ങണം: ശരാശരി നോക്കുമ്പോൾ, ചരക്കുകൾ അവയുടെ യഥാർഥ മൂല്യത്തിനാണു വിൽക്കപ്പെടുന്നത്. അവയെ അവയുടെ മൂല്യത്തിന് — അതായത് അവയിൽ സാക്ഷാ ൽക്കരിക്കപ്പെട്ടിട്ടുള്ള അധ്വാനത്തിന്റെ പരിമാണത്തിന് ആനുപാ തികമായി — വിറ്റിട്ടാണ് ലാഭം കിട്ടുന്നത്. ലാഭത്തെ ഈ ഒരു സങ്കൽപ്പ നത്തിന്റെ അടിസ്ഥാനത്തിൽ വിശദീകരിക്കാൻ കഴിഞ്ഞില്ലെങ്കിൽ നിങ്ങ ൾക്കത് വിശദീകരിക്കാനേ കഴിയുകയില്ല. ഇതൊരു വിരോധാ ഭാസമായും ദൈനംദിന നിരീക്ഷണത്തിനു വിരുദ്ധമായും തോന്നിയേക്കാം. ഭൂമി സൂര്യനെ ചുറ്റുന്നതും പെട്ടെന്നു തീ പിടിക്കുന്ന രണ്ടു വാതകങ്ങൾ ചേർന്നതാണ് വെള്ളമെന്നതും അതുപോലെ തന്നെ ഒരു വിരോധാഭാ സമാണ്. കാര്യങ്ങളുടെ വ്യമോഹജനകമായ ബാഹ്യഭാവത്തെ മാത്രം ഗ്രഹിക്കുന്ന ദൈനംദിനാനുഭവത്തെവെച്ചാണ് വിധി കൽപ്പിക്കുന്ന തെങ്കിൽ ശാസ്ത്രീയ സത്യം എപ്പോഴും വിരോധാഭാസമായിരിക്കും.

7

അധ്വാനശക്തി

മൂല്യത്തിന്റെ — ഏതൊരു ചരക്കിന്റേയും മൂല്യത്തിന്റെ — സ്വഭാ വത്തെ ഇതുപോലൊരു ക്ഷിപ്രപരിശോധനയിൽ സാധ്യമായേടത്തോളം അപഗ്രഥിച്ചു കഴിഞ്ഞ സ്ഥിതിക്ക്, നമുക്കിനി അധ്വാനത്തിന്റെ മൂല്യമെന്ന പ്രത്യേക മൂല്യത്തിലേക്ക് ശ്രദ്ധതിരിക്കേണ്ടിയിരിക്കുന്നു. ഇവിടെയും പ്രത്യക്ഷത്തിൽ വിരോധാഭാസമായി തോന്നാവുന്ന ഒരു പ്രസ്താവന കൊണ്ട് നിങ്ങളെ ഞെട്ടിക്കാതെ നിവൃത്തിയില്ല. ആളുകൾ ദിവസം തോറും വിൽക്കുന്നത് അവരുടെ അധ്വാനമാണെന്നും, അതു കൊണ്ട് അധ്വാനത്തിനൊരു വിലയുണ്ടെന്നും, ഒരു ചരക്കിന്റെ വില അതിന്റെ മൂല്യത്തിന്റെ പണരൂപത്തിലുള്ള പ്രകാശനം മാത്രമാകയാൽ അധ്വാന ത്തിന്റെ മൂല്യമെന്നൊന്ന് തീർച്ചയായും ഉണ്ടായിരിക്കണമെന്നും നിങ്ങളെ ല്ലാവരും ഉറച്ചുവിശ്വസിക്കുന്നു. എന്നാൽ ആ വാക്കിന്റെ പൊതുവിൽ അംഗീകരിക്കപ്പെട്ടിട്ടുള്ള അർഥത്തിൽ അധ്വാനത്തിന്റെ മൂല്യം എന്നൊന്നില്ല. ഒരു ചരക്കിൽ മൂർത്തീകരിച്ചിട്ടുള്ള അവശ്യാധ്വാനത്തിന്റെ തുകയാണ് അതിന്റെ മൂല്യമെന്ന് നാം കണ്ടു. മൂല്യത്തെക്കുറിച്ചുള്ള ഈ ധാരണവെച്ചുകൊണ്ട് നമുക്കു ഉദാഹരണത്തിന് പത്തുമണിക്കൂർ ദൈർഘ്യമുള്ള തൊഴിൽ ദിവസത്തിന്റെ മൂല്യത്തെ എങ്ങിനെ നിർവചി ക്കാൻ കഴിയും? ആ ദിവസത്തിൽ എത്രമാത്രം അധ്വാനമടങ്ങി യിട്ടുണ്ട്? പത്തുമണിക്കൂർ അധ്വാനം. പത്തുമണിക്കൂർ ദൈർഘ്യമുള്ള തൊഴിൽ ദിവസത്തിന്റെ മൂല്യംപത്തുമണിക്കൂർ അധ്വാനത്തിനു തുല്യമാണെന്ന്, അല്ലെങ്കിൽ അതിൽ അടങ്ങിയിട്ടുള്ള അധ്വാനത്തിന്റെ പരിമാണത്തിന് തുല്യമാണെന്ന്, പറയുന്നത് അസംബന്ധമായ ഒരു പുനരുക്തി യായിരിക്കും. ഖഗോളങ്ങളുടെ യഥാർഥ ചലനത്തെപ്പറ്റി തീർച്ചപ്പെടുത്തി ക്കഴിഞ്ഞാൽ അവയുടെ പ്രത്യക്ഷമോ ദുർഗ്രഹമോ ആയ ചലനങ്ങളെ വിശദീകരിക്കാൻ നമുക്കെങ്ങനെ കഴിയുമോ, അതേപോലെ തന്നെ,

"അധ്വാനത്തിന്റെ മൂല്യം" എന്ന സംജ്ഞയിൽ ഒളിഞ്ഞുകി ടക്കുന്ന ശരിയായ അർഥം ഗ്രഹിച്ചുകഴിഞ്ഞാൽ മൂല്യത്തിന്റെ ഈ യുക്തി വിരുദ്ധമായ — പ്രത്യക്ഷത്തിൽ അസാധ്യമായ — പ്രയോഗത്തെ വ്യാഖ്യാ നിക്കാൻ നമുക്ക് നിശ്ചയമായും സാധിക്കുന്നതാണ്.

തൊഴിലാളി വിൽക്കുന്നത് നേരിട്ട് അവന്റെ അധ്വാനമല്ല, പിന്നെയോ, അവന്റെ അധ്വാനശക്തിയാണ്. അതാണ് അവൻ മുതലാളിയുടെ വരുതിക്ക് താൽക്കാലികമായി വിട്ടുകൊടുക്കുന്നത്. ഇത് എത്രയും വാസ്തവമാണ്. ഇംഗ്ലണ്ടിലെ നിയമങ്ങളുടെ കാര്യം എനിക്കറി ഞ്ഞുകൂടാ, പക്ഷെ യൂറോപ്യൻ വൻകരയിലെ ചില നിയമങ്ങളനുസ രിച്ച്, ഒരുവന് അവന്റെ അധ്വാനശക്തി വിൽക്കാവുന്ന പരമാവധി സമയം നിജപ്പെടുത്തിയിട്ടുണ്ട്. ഇതിന് സമയ ക്ലിപ്തം വെച്ചില്ലെങ്കിൽ അടിമത്ത്വം തൽക്ഷണം പുന:സ്ഥാപിക്കപ്പെടുന്നതാണ്. ഈ വിൽപ്പന അവന്റെ ആയുഷ്കാലം മുഴുവൻ നീണ്ടു നിന്നാൽ അവനപ്പോൾത്തന്നെ അവന്റെ തൊഴിലുടമയുടെ ആജീവനാന്ത അടിമയായി തീരും.

ഇംഗ്ലണ്ടിൽ ഏറ്റവും പഴക്കം ചെന്ന ധനശാസ്ത്രജ്ഞരിലും അചും ബിതകൽപ്പനയുള്ള ദാർശനികരിലും ഒരാളായ തോമസ് ഹോബസ് തന്റെ പിൻഗാമികളെല്ലാവരും വിട്ടുപോയ ഇക്കാര്യം *ലെവിയത്താൻ* എന്ന പുസ്തകത്തിൽ സഹജബുദ്ധ്യാ മനസ്സിലാക്കിയിട്ടുണ്ട്. അദ്ദേഹം പറയുന്നു: "മറ്റെല്ലാ വസ്തുക്കൾക്കുമെന്നപോലെ ഒരു മനുഷ്യന്റെ മൂ ല്യം അഥവാ അർഹത എന്നു പറയുന്നത് അവന്റെ വിലയാണ്, അതാ യത് അവന്റെ ശക്തി ഉപയോഗപ്പെടുത്തുന്നതിനു നൽകുന്നതെന്തോ അത്."

ഈ അടിസ്ഥാനത്തിൽനിന്നു തുടങ്ങിയാൽ നമുക്ക് ചരക്കുകളു ടെയുമെന്നപോലെ അധ്വാനത്തിന്റെയും മൂല്യം നിർണയിക്കാൻ കഴിയും.

എന്നാൽ അതിലേക്ക് കടക്കുന്നതിനു മുമ്പ് നാം ചോദിച്ചെന്നുവരും: ഭൂമിയും യന്ത്രങ്ങളും അസംസ്കൃത പദാർഥങ്ങളും ഉപജീവനോ പാധികളും — ഏറ്റവും പ്രാകൃതാവസ്ഥയിൽ കിടക്കുന്ന ഭൂമിയൊഴിച്ച് മറ്റെല്ലാം അധ്വാനഫലങ്ങളാണ് — കൈവശമുള്ള ഒരു കൂട്ടം ക്രേതാ ക്കളേയും മറുവശത്ത് തങ്ങളുടെ അധ്വാനശക്തിയൊഴികെ, തങ്ങളുടെ പണിയെടുക്കുന്ന കൈകളും തലച്ചോറുമൊഴികെ, മറ്റൊന്നും വിൽ ക്കാനില്ലാത്ത ഒരു കൂട്ടം വിൽപ്പനക്കാരെയും നമ്മൾ കമ്പോളത്തിൽ കണ്ടെത്തുന്നുവെന്ന ഈ വിചിത്ര പ്രതിഭാസം എങ്ങനെയുണ്ടാവുന്നു ? ഒരു കൂട്ടർ ലാഭമുണ്ടാക്കാനും പണക്കാരാവാനും വേണ്ടി തുടർച്ചയായി വാങ്ങികൂട്ടുമ്പോൾ മറ്റേ കൂട്ടർ ഉപജീവനം നേടാൻവേണ്ടി തുടർച്ചയായി വിൽക്കുന്നുവെന്ന സ്ഥിതി എങ്ങനെയുണ്ടാവുന്നു? ഈ ചോദ്യം പരിശോ ധിക്കുകയെന്നുവച്ചാൽ, ധനശാസ്ത്രജ്ഞർ "പൂർവ - അല്ലെങ്കിൽ ആദിമ സഞ്ചയം" എന്നു വിളിക്കുന്നതും എന്നാൽ "ആദിമ അപഹരണം" എന്നു വിളിക്കേണ്ടതുമായ പ്രതിഭാസത്തെ പരിശോധിക്കുകയെന്നാണർഥം. അധ്വാനിക്കുന്ന മനുഷ്യനും അവന്റെ അധ്വാനോപകരണങ്ങളും

തമ്മിലുണ്ടായിരുന്ന ആദിമ ഐക്യത്തിന്റെ വിഘടനയുടെ ഫലമായു
ണ്ടായ ചരിത്രപ്രക്രിയാ പരമ്പരയെന്നു മാത്രമാണ് ഈ "ആദിമസഞ്ചയ"
മെന്നു പറയപ്പെടുന്നതിന്റെ അർഥമെന്നു നമുക്ക് കാണാൻ കഴിയും.
എന്നാൽ അത്തരത്തിലൊരു പരിശോധന എന്റെ മുമ്പിലുള്ള വിഷയ
ത്തിന്റെ പരിധിക്കതീതമാണ്. അധ്വാനിക്കുന്ന മനുഷ്യനും അധ്വാനോപ
കരണങ്ങളും തമ്മിലുള്ള വേർതിരിവ് നടന്നുകഴിഞ്ഞാൽ, ഇത്തരം
അവസ്ഥ നിലനിൽക്കുകയും നിരന്തരം വർധിച്ചുവരുന്ന തോതിൽ
ആവർത്തിക്കപ്പെടുകയും ചെയ്യും. ഉൽപ്പാദന രീതിയിൽ പുതുതായും
സമൂലമായും ഉണ്ടാകുന്ന ഒരു വിപ്ലവം അതിനെ വീണ്ടും തകിടംമറിച്ച്
ആദിമ ഐക്യത്തെ ചരിത്രപരമായ പുതിയൊരു രൂപത്തിൽ പുന:
സ്ഥാപിക്കുന്നതുവരെ ഇതു തുടരും.

അപ്പോൾ, അധ്വാനശക്തിയുടെ മൂല്യമെന്നാൽ എന്താണ് ?

മറ്റൊരു ചരക്കിന്റെയും മൂല്യത്തെയെന്നപോലെ,അതിന്റെ മൂല്യ
ത്തെയും നിർണയിക്കുന്നത് അതുൽപ്പാദിപ്പിക്കാനാവശ്യമായ അധ്വാന
ത്തിന്റെ പരിമാണമാണ്. ഒരു മനുഷ്യന്റെ അധ്വാനശക്തി അവന്റെ ജീ
വനുള്ള വ്യക്തിത്വത്തിൽ മാത്രമാണു സ്ഥിതിചെയ്യുന്നത്. വളരാനും
ജീവൻ നിലനിർത്താനും ഒരു മനുഷ്യൻ അവശ്യവസ്തുക്കളുടെ ഒരു
നിശ്ചിത അളവ് ഉപയോഗിച്ചേ തീരൂ. എന്നാൽ യന്ത്രത്തെപ്പോലെ
മനുഷ്യനും തേയ്മാനം സംഭവിക്കും. അവന്റെ സ്ഥാനത്ത് മറ്റൊരു
മനുഷ്യൻ വരണം. സ്വന്തം നിലനിൽപ്പിന് അനുപേക്ഷണീയമായ
അവശ്യവസ്തുക്കൾക്ക് പുറമേ, തൊഴിൽ കമ്പോളത്തിൽ അവന്റെ
സ്ഥാനം ഏറ്റെടുക്കേണ്ടവരും തൊഴിലാളികളുടെ വംശത്തെ നിലനിർ
ത്തേണ്ടവരുമായ കുറെ സന്താനങ്ങളെ വളർത്തികൊണ്ടുവരാൻ വേറെ
കുറച്ച് അവശ്യവസ്തുക്കൾക്കൂടി അവനു വേണം. കൂടാതെ, അവന്റെ
അധ്വാനശക്തി വളർത്താനും വൈദഗ്ധ്യം നേടാനും മൂല്യങ്ങളുടെ
വേറൊരു തുക കൂടി ചെലവിടണം. നമ്മുടെ ആവശ്യത്തിന് ശരാശരി
അധ്വാനത്തെമാത്രം പരിഗണിച്ചാൽ മതിയാകും. അതിന്റെ പഠിപ്പിനും
വികാസത്തിനുമുള്ള ചെലവുകൾ അപ്രത്യക്ഷമായിക്കൊണ്ടിരിക്കുന്ന
പരിമാണങ്ങളാണല്ലോ. എന്നാലും, പല ഗുണങ്ങളുള്ള അധ്വാനശ
ക്തികളെ ഉൽപ്പാദിപ്പിക്കാനുള്ള ചെലവ് പലതായിരിക്കുമെന്നതുപോ
ലെതന്നെ പല തൊഴിലുകളിൽ ഏർപ്പെടുത്തുന്ന അധ്വാനശക്തികളുടെ
മൂല്യങ്ങൾ പലതാകാതെ തരമില്ലെന്ന് ഈ അവസരത്തിൽ ചൂണ്ടിക്കാ
ണിച്ചുകൊള്ളട്ടെ. അതുകൊണ്ട് തുല്യമായ കൂലിക്കു വേണ്ടിയുള്ള
മുറവിളി തെറ്റായ ധാരണയെ അടിസ്ഥാനമാക്കിയതാണ്. ഒരിക്കലും
നിറവേറ്റപ്പെടുകയില്ലാത്ത ഒരു ഭ്രാന്തൻ ആഗ്രഹമാണത്. പൂർവപക്ഷ
ങ്ങളെ അംഗീകരിക്കുകയും നിഗമനങ്ങളിൽ നിന്ന് ഒഴിഞ്ഞുമാറാൻ
ശ്രമിക്കുകയും ചെയ്യുന്ന കപടവും ഉപരിപ്ലവവുമായ സമൂലപരിവർത്ത
നവാദത്തിന്റെ സന്തതിയാണത്. കൂലി വ്യവസ്ഥയുടെ അടിസ്ഥാനത്തിൽ
അധ്വാനശക്തിയുടെ മൂല്യത്തെ മറ്റേതൊരു ചരക്കിന്റെയും മൂല്യത്തെ

പോലെ തന്നെ തിട്ടപ്പെടുത്തുന്നു. പലതരം അധ്വാന ശക്തികൾക്ക് പല മൂല്യങ്ങളുള്ളതുകൊണ്ട്, അഥവാ അവയുടെ ഉൽപ്പാദനത്തിന് പല പരിമാണങ്ങളിലുള്ള അധ്വാനം ആവശ്യമായതുകൊണ്ട്, തൊഴിൽ കമ്പോളത്തിൽ അവയ്ക്ക് പല വിലകൾ കിട്ടാതെ തരമില്ല. കൂലിവ്യവസ്ഥയുടെ അടിസ്ഥാനത്തിൽ തുല്യമോ ന്യായം പോലുമോ ആയ പ്രതിഫലം ആവശ്യപ്പെടുന്നത് അടിമത്തവ്യവസ്ഥയുടെ അടിസ്ഥാനത്തിൽ സ്വാതന്ത്ര്യം ആവശ്യപ്പെടുന്നതുപോലെയാണ്. നിങ്ങൾ എന്തിനെ ന്യായമെന്ന്, അല്ലെങ്കിൽ നീതിപൂർവമെന്ന്, കരുതുന്നു എന്നത് പ്രശ്നമല്ല. ഒരു നിശ്ചിത ഉൽപ്പാദന വ്യവസ്ഥയിൽ ആവശ്യവും അനുപേക്ഷണീയവുമായിട്ടുള്ളത് എന്താണ് എന്നതാണ് പ്രശ്നം.

ഇത്രയും പറഞ്ഞുകഴിഞ്ഞ സ്ഥിതിക്ക്, അധ്വാനശക്തിയുടെ മൂല്യത്തെ നിർണയിക്കുന്നത് അധ്വാനശക്തിയെ ഉൽപ്പാദിപ്പിക്കാനും വളർത്താനും പുലർത്താനും ശാശ്വതമായി നിലനിർത്താനും വേണ്ട അവശ്യവസ്തുക്കളുടെ മൂല്യമാണെന്നു വ്യക്തമാവും.

8

മിച്ചമൂല്യത്തിന്റെ ഉൽപ്പാദനം

പണിയെടുക്കുന്ന ഒരുവന് ഒരു ദിവസം ശരാശരി വേണ്ട അവശ്യവ സ്തുക്കൾ ഉൽപ്പാദിപ്പിക്കാൻ 6 മണിക്കൂർ ശരാശരി അധ്വാനം വേണ മെന്നിരിക്കട്ടെ. മൂന്നു ഷില്ലിങ്ങിന് തുല്യമായ സ്വർണത്തിന്റെ പരിമാ ണത്തിൽ സാക്ഷാൽക്കരിക്കപ്പെട്ടിട്ടുള്ള ശരാശരി അധ്വാനവും 6 മണിക്കൂറാണെന്ന് വിചാരിക്കുക. അപ്പോൾ 3 ഷില്ലിങ് അവന്റെ അധ്വാ നശക്തിയുടെ വില, അഥവാ അതിന്റെ ഒരു ദിവസത്തെ മൂല്യത്തിന്റെ പണരൂപത്തിലുള്ള പ്രകാശനം, ആയിരിക്കും. ദിവസേന 6 മണിക്കൂർ പണിയെടുത്താൽ, അവൻ തന്റെ നിത്യാവശ്യങ്ങൾക്കുള്ള വസ്തുക്ക ളുടെ ശരാശരി തുക വാങ്ങാൻ, അഥവാ പണിയെടുക്കുന്നവനെന്ന നിലക്ക് സ്വയം പുലർത്താൻ, മതിയായേടത്തോളം മൂല്യം നിത്യേന ഉൽപ്പാദിപ്പിക്കുന്നതാണ്.

എന്നാൽ അവൻ ഒരു കൂലിവേലക്കാരനാണ്. അതുകൊണ്ട് അവന് തന്റെ അധ്വാനശക്തി ഒരു മുതലാളിക്ക് വിൽക്കേണ്ടിയിരിക്കുന്നു. അവൻ അത് ദിവസം 3 ഷില്ലിങ്ങിന് അല്ലെങ്കിൽ ആഴ്ചയിൽ 18 ഷില്ലിങ്ങിന് വിറ്റാൽ അതിനെ അതിന്റെ മൂല്യത്തിന് വിൽക്കുന്നുവെന്നർഥം. അവനൊരു നൂൽനൂൽപ്പുകാരനാണെന്നിരിക്കട്ടെ. അവൻ ദിവസേന 6 മണിക്കൂർ പണിയെടുത്താൽ ദിവസേന 3 ഷില്ലിങ്ങിന്റെ മൂല്യം പരുത്തിയോട് കൂട്ടിച്ചേർക്കും. അവൻ ദിവസേന കൂട്ടിച്ചേർക്കുന്ന ഈ മൂല്യം അവനു ദിവസേന ലഭിക്കുന്ന കൂലിയുടെ അഥവാ അവന്റെ അധ്വാനശക്തിയുടെ വിലയുടെ കൃത്യം സമമൂല്യമായിരിക്കും. പക്ഷെ അപ്പോൾ മിച്ചമൂല്യമായിട്ട് അല്ലെങ്കിൽ മിച്ചോൽപ്പന്നമായിട്ട് മുതലാളിക്ക് ഒന്നും തന്നെ കിട്ടുകയില്ല. അവിടെയാണു കുഴപ്പം.

തൊഴിലാളിയുടെ അധ്വാനശക്തി വാങ്ങുകയും അതിന്റെ മൂല്യം പ്രതിഫലമായി നൽകുകയും ചെയ്യുമ്പോൾ മുതലാളിക്ക് മറ്റേതൊരു

ക്രേതാവിനെയും പോലെ താൻ വാങ്ങിയ ചരക്കിനെ ഉപഭോഗിക്കാനുള്ള അല്ലെങ്കിൽ ഉപയോഗിക്കാനുള്ള അവകാശം ലഭിച്ചിരിക്കുന്നു. ഒരു യന്ത്രം നടത്തിക്കൊണ്ട് അതിനെ ഉപഭോഗിക്കുകയോ ഉപയോഗിക്കുകയോ ചെയ്യുന്നതുപോലെ തന്നെ ഒരു മനുഷ്യനെ പണിയെടുപ്പിച്ചുകൊണ്ട് അവന്റെ അധ്വാനശക്തിയെ ഉപഭോഗിക്കുകയോ ഉപയോഗിക്കുകയോ ചെയ്യുന്നു. അതുകൊണ്ട് തൊഴിലാളിയുടെ അധ്വാനശക്തിയുടെ ഒരു ദിവസത്തെ അല്ലെങ്കിൽ ഒരാഴ്ചത്തെ മൂല്യം പ്രതിഫലമായി നൽകു ന്നതിലൂടെ ദിവസം മുഴുവനും അല്ലെങ്കിൽ ആഴ്ച മുഴുവനും ആ അ ധ്വാന ശക്തിയെ ഉപയോഗിക്കാൻ അല്ലെങ്കിൽ പ്രവർത്തിപ്പിക്കാൻ ഉള്ള അവകാശം മുതലാളി ആർജിച്ചിരിക്കുന്നു. തൊഴിൽ ദിവസത്തിനും തൊഴിൽ വാരത്തിനും തീർച്ചയായും ചില പരിധികളുണ്ട്. എങ്കിലും അവയെ കൂടുതൽ സൂക്ഷ്മമായി പിന്നീട് പരിശോധിക്കുന്നതാണ്.

ഇപ്പോൾ, നിർണായകമായ ഒരു കാര്യത്തിലേക്ക് നിങ്ങളുടെ ശ്രദ്ധയെ ക്ഷണിക്കാൻ ഞാൻ ആഗ്രഹിക്കുന്നു.

അധ്വാനശക്തിയുടെ മൂല്യത്തെ നിർണയിക്കുന്നത് അതിനെ നിലനിർത്താനോ പ്രത്യുൽപ്പാദിപ്പിക്കാനോ ആവശ്യമായ അധ്വാന ത്തിന്റെ പരിമാണമാണ്. എന്നാൽ ആ അധ്വാനശക്തിയുടെ ഉപയോഗ ത്തിന് തൊഴിലാളിയുടെ ക്രിയോന്മുഖമായ ഊർജവും കായികബലവും മാത്രമേ പരിധി കൽപ്പിക്കുന്നുള്ളു. അധ്വാനശക്തിയുടെ ഒരുദിവസ ത്തെയോ ഒരാഴ്ചത്തെയോ മൂല്യം ആ ശക്തിയുടെ ഒരു ദിവസത്തെയോ ഒരാഴ്ചത്തെയോ പ്രയോഗത്തിൽ നിന്ന് തികച്ചും വിഭിന്നമാണ്. ഒരു കുതിരയ്ക്കു വേണ്ട തീറ്റയും സവാരിക്കാരനെ അതിന് ചുമക്കാൻ കഴിയുന്ന സമയവും രണ്ടും രണ്ടാണെന്നതുപോലെ തന്നെയാണ് ഇതും. തൊഴിലാളിയുടെ അധ്വാനശക്തിയുടെ മൂല്യത്തിനു പരിധി കൽപ്പിക്കുന്ന അധ്വാനത്തിന്റെ പരിമാണം, അവന്റെ അധ്വാനശക്തി നിറവേറ്റാൻ ഇടയുള്ള അധ്വാനത്തിന്റെ പരിമാണത്തിന് യാതൊരു പരിധിയും കൽപ്പിക്കുന്നില്ല. നൂൽനൂൽപ്പുകാരന്റെ ഉദാഹരണം തന്നെയെടുക്കാം. തന്റെ അധ്വാനശക്തിയെ ദിവസേന പ്രത്യുൽപ്പാദിപ്പിക്കാൻ അവൻ മൂന്നു ഷില്ലിങ്ങിന്റെ മൂല്യം ദിവസേന പ്രത്യുൽപ്പാദിപ്പിക്കണമെന്നും ദിവസേന ആറുമണിക്കൂർ പണിയെടുത്തുകൊണ്ട് അവൻ അത് സാധിക്കുമെന്നും നാം കണ്ടു. എന്നാൽ ദിവസം പത്തോ പന്ത്രണ്ടോ അതിലേറെയോ മണിക്കൂർ പണിയെടുക്കുന്നതിന് അത് അവനെ അപ്രാപ്തനാക്കുന്നില്ല. നൂൽനൂൽപ്പുകാരന്റെ അധ്വാനശക്തിയുടെ ഒരു ദിവസത്തെയോ ഒരാഴ്ചത്തെയോ മൂല്യം പ്രതിഫലമായി നൽകുന്നതിലൂടെ ആ അധ്വാനശക്തിയെ ഒരുദിവസം മുഴുവനുമോ ഒരാഴ്ച മുഴുവനുമോ ഉപയോഗിക്കാനുള്ള അവകാശം മുതലാളി നേടിയിരിക്കുന്നു. അയാളതുകൊണ്ട് തൊഴിലാളിയെക്കൊണ്ട് ഉദാഹരണത്തിന് ദിവസം പന്ത്രണ്ടു മണിക്കൂർ പണിയെടുപ്പിക്കും. തന്റെ കൂലിയെ അഥവാ തന്റെ അധ്വാനശക്തിയുടെ മൂല്യത്തെ പകരംവയ്ക്കാനാവശ്യമായ 6

മണിക്കൂറിന് പുറമേ അവന് വേറൊരു 6 മണിക്കൂർ കൂടി പണിയെ ടുക്കേണ്ടി വരുന്നു. ഞാനിതിന് മിച്ചാധാനത്തിന്റെ മണിക്കൂറുകൾ എന്ന് പേരിടുന്നു. ഈ മിച്ചാധാനം മിച്ചമൂല്യത്തിലും മിച്ചോൽപ്പന്നത്തിലും സാക്ഷാൽക്കരിക്കപ്പെടുന്നു. ഉദാഹരണത്തിന് നമ്മുടെ നൂൽനൂൽപ്പുകാ രൻ ദിവസം 6 മണിക്കൂർ അധാനം കൊണ്ട് തന്റെ കൂലിയുടെ കൃത്യം സമമൂല്യമായി വരുന്ന 3 ഷില്ലിങ്ങിന്റെ മൂല്യം പരുത്തിയോട് കൂട്ടിച്ചേർക്കു ന്നുണ്ടെങ്കിൽ അവൻ 12 മണിക്കൂർ കൊണ്ട് 6 ഷില്ലിങ്ങിന്റെ മൂല്യം പരു ത്തിയോട് കൂട്ടിച്ചേർക്കുകയും നൂലിന്റെ ആനുപാതിക മിച്ചം ഉൽപ്പാദിപ്പി ക്കുകയും ചെയ്യും. അവൻ തന്റെ അധാനശക്തി മുതലാളിയ്ക്ക് വിറ്റുകഴിഞ്ഞതിനാൽ മുഴുവൻ മൂല്യവും — അഥവാ അവനുൽപ്പാദിപ്പിച്ച മുഴുവൻ ഉൽപ്പന്നവും — അവന്റെ അധാനശക്തിയുടെ താൽക്കാലിക ഉടമയായ മുതലാളിയുടെ വകയാണ്. അങ്ങനെ 3 ഷില്ലിങ് മുൻകൂർ നൽകുന്നതിലൂടെ മുതലാളിയ്ക്ക് 6 ഷില്ലിങ്ങിന്റെ മൂല്യം ലഭിക്കും. കാരണം, 6 മണിക്കൂറിലെ അധാനത്തിൽ മൂർത്തീകരിക്കപ്പെട്ടിട്ടുള്ള മൂല്യം മുൻകൂർ നൽകുന്നതിലൂടെ അയാൾക്ക് തിരിച്ചു കിട്ടുന്നത് 12 മണിക്കൂറിലെ അധാനത്തിൽ മൂർത്തീകരിക്കപ്പെട്ടിട്ടുള്ള മൂല്യമാണ്. ഈ പ്രക്രിയ ദിവസേന ആവർത്തിക്കുന്നതു വഴി മുതലാളി ദിവസേന 3 ഷില്ലിങ് മുൻകൂർ കൊടുക്കുകയും ദിവസേന 6 ഷില്ലിങ് കീശയിലാക്കു കയും ചെയ്യുന്നു. അതിൽ പകുതി പുതുതായി കൂലികൊടുക്കാൻ ചെലവഴിക്കപ്പെടുന്നു. മറ്റേ പകുതി മിച്ചമൂല്യമായി രൂപംകൊള്ളുന്നു. അതിനുള്ള സമമൂല്യം മുതലാളി പകരം നൽകുന്നില്ല. മൂലധനവും അധാനവും തമ്മിലുള്ള ഇത്തരം കൈമാറ്റത്തിലാണ് മുതലാളിത്ത ഉൽപ്പാദനം കൂലിവ്യവസ്ഥ അധിഷ്ഠിതമായിരിക്കുന്നത്. അതിന്റെ ഫലമായി തൊഴിലാളി തൊഴിലാളിയായും മുതലാളി മുതലാളിയായും നിരന്തരം പ്രത്യുൽപ്പാദിപ്പിക്കപ്പെടാതെ തരമില്ല.

മറ്റെല്ലാ സാഹചര്യങ്ങളും ഒരു പോലെയാണെങ്കിൽ, മിച്ചമൂല്യ ത്തിന്റെ നിരക്ക്, ഒരു തൊഴിൽ ദിവസത്തിൽ അധാനശക്തിയുടെ മൂല്യത്തെ പ്രത്യുൽപ്പാദിപ്പിക്കാനാവശ്യമായ ഭാഗവും മുതലാളിക്കു വേണ്ടി പണിയെടുക്കുന്ന മിച്ചസമയവും — അഥവാ അയാൾക്കുവേണ്ടി ചെയ്യുന്ന മിച്ചാധാനവും — തമ്മിലുള്ള അനുപാതത്തെ ആശ്രയിച്ചി രിക്കും. അതുകൊണ്ട് തൊഴിലാളി തന്റെ അധാനശക്തിയുടെ മൂല്യത്തെ പ്രത്യുൽപ്പാദിപ്പിക്കുക മാത്രം ചെയ്യുന്ന, അഥവാ തന്റെ കൂലിയെ പകരം വെയ്ക്കുക മാത്രം ചെയ്യുന്ന, സമയത്തിൽ കവിഞ്ഞ് തൊഴിൽ ദിവസം എത്രത്തോളം നീണ്ടുപോകുമെന്നതിനെ ആശ്രയിച്ചിരിക്കും അത്.

9

അധ്വാനത്തിന്റെ മൂല്യം

നമുക്കിനി "അധ്വാനത്തിന്റെ മൂല്യം അല്ലെങ്കിൽ വില" എന്ന സം ജ്ഞയിലേക്ക് മടങ്ങേണ്ടിയിരിക്കുന്നു. അധ്വാനശക്തിയുടെ നിലനിൽപ്പി നാവശ്യമായ ചരക്കുകളുടെ മൂല്യങ്ങളാൽ അളക്കപ്പെടുന്ന അധ്വാന ശക്തിയുടെ മൂല്യം മാത്രമാണ് യഥാർഥത്തിൽ അത് എന്നു നാം കണ്ടു. എന്നാൽ തൊഴിലാളിക്കു കൂലികിട്ടുന്നത് അവന്റെ അധ്വാനം നിറവേറ്റിയതിനുശേഷം മാത്രമായതുകൊണ്ടും കൂടാതെ താൻ വാസ്തവത്തിൽ മുതലാളിക്ക് നൽകുന്നത് തന്റെ അധ്വാനമാണെന്ന് അവന് അറിയാവുന്നതുകൊണ്ടും അവന്റെ അധ്വാനശക്തിയുടെ മൂല്യം അല്ലെങ്കിൽ വില അവന്റെ അധ്വാനത്തിന്റെ തന്നെ മൂല്യം അല്ലെങ്കിൽ വിലയായി അവനു തോന്നുന്നു. അവന്റെ അധ്വാനശക്തിയുടെ വില 6 മണിക്കൂറിലെ അധ്വാനത്തിൽ സാക്ഷാൽക്കരിക്കപ്പെട്ടിട്ടുള്ള 3 ഷില്ലിങ്ങും അവൻ പണിയെടുക്കുന്നത് 12 മണിക്കൂറും ആണെങ്കിൽ, ആ 3 ഷില്ലിങ്ങ് 12 മണിക്കൂറിലെ അധ്വാനത്തിന്റെ മൂല്യം അല്ലെങ്കിൽ വിലയായി അവൻ അനിവാര്യമായും കരുതുന്നു. ആ 12 മണിക്കൂറിലെ അധ്വാനം 6 ഷി ല്ലിങ്ങിന്റെ മൂല്യത്തിലാണ് സാക്ഷാൽക്കരിക്കപ്പെടുന്നതെങ്കിലും അങ്ങ നെയാണവർ കരുതുന്നത്. ഇതിന്റെ അനന്തരഫലങ്ങൾ രണ്ടാണ്.

ഒന്നാമത്, അധ്വാനശക്തിയുടെ മൂല്യം അല്ലെങ്കിൽ വില അധ്വാ നത്തിന്റെ തന്നെ വില അല്ലെങ്കിൽ മൂല്യമായി തോന്നുന്നു. കൃത്യമാ യിപ്പറഞ്ഞാൽ അധ്വാനത്തിന്റെ മൂല്യവും വിലയും അർഥമില്ലാത്ത സംജ്ഞകളാണ്.

രണ്ടാമത്, തൊഴിലാളിയുടെ ദിവസാധ്വാനത്തിന്റെ ഒരു ഭാഗത്തി നുമാത്രം കൂലികൊടുക്കുകയും മറ്റേഭാഗത്തിന് കൂലി കൊടുക്കാ തിരിക്കുകയുമാണ് ചെയ്തിട്ടുള്ളതെങ്കിലും, കൂലി കൊടുക്കാത്ത, അല്ലെങ്കിൽ മിച്ചമായ ഈ അധ്വാനം ഉണ്ടാക്കിക്കൊടുക്കുന്ന ഫണ്ടിൽ നിന്നുതന്നെയാണ് മിച്ചമൂല്യം അഥവാ ലാഭം രൂപമെടുക്കുന്നതെങ്കിലും, മുഴുവൻ അധ്വാനത്തിനും കൂലികൊടുത്തതായി പുറമേക്ക് തോന്നുന്നു.

ഈ കപടമായ പ്രതീതി കൂലിവേലയെ അധ്വാനത്തിന്റെ ചരിത്രപ രമായ മറ്റു രൂപങ്ങളിൽ നിന്നു വേർതിരിക്കുന്നു. കൂലിവ്യവസ്ഥയുടെ അടിസ്ഥാനത്തിലാവുമ്പോൾ, കൂലികൊടുക്കാത്ത അധ്വാനംപോലും കൂലികൊടുത്ത അധ്വാനമായി തോന്നുന്നു. നേരെമറിച്ച് അടിമയുടെ കാര്യത്തിലാവട്ടെ, പ്രതിഫലം കിട്ടിയ അവന്റെ അധ്വാനത്തിന്റെ ഭാഗം പോലും പ്രതിഫലം കിട്ടാത്തതാണെന്ന തോന്നലുളവാക്കുന്നു. തീർച്ച യായും, പണിയെടുക്കണമെങ്കിൽ അടിമ ജീവിക്കണം. അവന്റെ തൊഴിൽ ദിവസത്തിന്റെ ഒരു ഭാഗം അവന്റെതന്നെ നിലനിൽപ്പിന്റെ മൂല്യ ത്തെ പകരം വെയ്ക്കാൻവേണ്ടി ചെലവഴിക്കപ്പെടുന്നു. എന്നാൽ അവനും അവന്റെ ഉടമസ്ഥനും തമ്മിൽ കരാറൊന്നും ഇല്ലാത്തതുകൊണ്ട്, ഇരുക ക്ഷികളും തമ്മിൽ ക്രയവിക്രയമൊന്നും നടക്കാത്തതുകൊണ്ട്, അവന്റെ അധ്വാനം മുഴുവനും സൗജന്യമായി നൽകുകയാണെന്ന പ്രതീതിയു ളവാകുന്നു.

മറുഭാഗത്ത്, ഇന്നലെവരെ കിഴക്കൻ യൂറോപ്പിലാകട്ടെ നിലനിന്നി രുന്നുവെന്നു പറയാവുന്ന കർഷക അടിയാളനെ എടുക്കുക. ഈ കൃഷി ക്കാരൻ, ഉദാഹരണത്തിന്, തനിക്കുവേണ്ടി തന്റെ സ്വന്തം പാടത്തോ തനിക്കു പങ്കുകിട്ടിയ പാടത്തോ മൂന്നു ദിവസം പണിയെടുത്തു. തുടർ ന്നുള്ള മൂന്നു ദിവസം അവൻ അവന്റെ യജമാനന്റെ എസ്റ്റേറ്റിൽ നിർബ ന്ധിതവും സൗജന്യവുമായ അധ്വാനം ചെയ്തു. ഇവിടെ അധ്വാനത്തിന്റെ, പ്രതിഫലം കൊടുത്തതും കൊടുക്കാത്തതുമായ ഭാഗങ്ങൾ തമ്മിൽ അനുഭവഗോചരമായി വേർതിരിച്ചിരുന്നു, സ്ഥലകാലങ്ങളുടെ കാര്യ ത്തിൽ വേർതിരിച്ചിരുന്നു. ഒരാളെക്കൊണ്ടു സൗജന്യമായി പണിയെടു പ്പിക്കുകയെന്ന അസംബന്ധമായ ആശയം നമ്മുടെ ലിബറലുകളുടെ ധാർമികരോഷം കവിഞ്ഞൊഴുകുന്നതിനിടയാക്കി.

ഒരാൾ ആഴ്ചയിൽ മൂന്നു ദിവസം തനിക്കുവേണ്ടി തന്റെ പാട ത്തിലും മൂന്നു ദിവസം സൗജന്യമായി തന്റെയജമാനന്റെ എസ്റ്റേ റ്റിലും പണിയെടുത്താലും ശരി, അയാൾ ഫാക്ടറിയിലോ വർക്ക്ഷോ പ്പിലോ ദിവസം ആറു മണിക്കൂർ തനിക്കുവേണ്ടിയും ആറു മണിക്കൂർ തന്റെ തൊഴിലുടമയ്ക്കുവേണ്ടിയും പണിയെടുത്താലും ശരി, രണ്ടായാലും ഫലം സത്യത്തിൽ ഒന്നുതന്നെയാണ്. രണ്ടാമതു പറഞ്ഞാൽ അധ്വാ നത്തിന്റെ പ്രതിഫലം കൊടുത്തതും കൊടുക്കാത്തതുമായ അംശങ്ങൾ പരസ്പരം അവിഭാജ്യമാംവണ്ണം കൂടിക്കലർന്നു കിടക്കുന്നുവെന്നു മാത്രം. കരാറിന്റെയും ആഴ്ചയുടെ അവസാനം ലഭിക്കുന്ന വേതനത്തിന്റെയും ഇടപെടൽ ആ മുഴുവൻ ഇടപാടിന്റെയും സ്വഭാവത്തെ നിശേഷം മൂടി വയ്ക്കുന്നു. സൗജന്യാധ്വാനം ഒന്നിൽ സ്വമേധയാ നൽകുന്നതും മറ്റേ തിൽ നിർബന്ധം മൂലം നൽകുന്നതായും തോന്നുന്നു. ഇതാണ് ആകെ യുള്ള വ്യത്യാസം.

"അധ്വാനശക്തിയുടെ മൂല്യ"ത്തെ വിവക്ഷിക്കാൻ സാധാരണ പ്രയോഗിച്ചിട്ടുള്ള ഒരു സംജ്ഞയെന്ന നിലയ്ക്കു മാത്രമായിരിക്കും ഞാൻ "അധ്വാനശക്തിയുടെ മൂല്യം" എന്നു മേലിൽ പറയുന്നത്.

10

ചരക്ക് അതിന്റെ മൂല്യത്തിനു വിറ്റാണ് ലാഭമുണ്ടക്കുന്നത്

ഒരു മണിക്കൂറിലെ ശരാശരി അധാനം 6 പെൻസിനു തുല്യമായ മൂല്യത്തിൽ — അഥവാ, 12 മണിക്കൂറിലെ ശരാശരി അധാനം 6 ഷില്ലി ങ്ങിൽ — സാക്ഷാൽക്കരിക്കപ്പെട്ടിട്ടുണ്ടെന്നു വിചാരിക്കുക. അധാന ത്തിന്റെ മൂല്യം 3 ഷില്ലിങ്, അഥവാ 6 മണിക്കൂറിലെ അധാനഫലം, ആണെന്നും വിചാരിക്കുക. ഒരു ചരക്കിൽ ചെലവഴിക്കപ്പെട്ടിട്ടുള്ള അസം സ്കൃതപദാർഥങ്ങളിലും യന്ത്രങ്ങളിലും മറ്റുമായി 24 മണിക്കൂറിലെ ശരാശരി അധാനം സാക്ഷാൽക്കരിക്കപ്പെട്ടിട്ടുണ്ടെങ്കിൽ അതിന്റെ മൂല്യം 12 ഷില്ലിങ്ങായിരിക്കും. ഇതിനും പുറമെ മുതലാളി ഏർപ്പെടുത്തിയിട്ടുള്ള തൊഴിലാളി ആ ഉൽപ്പാദനോപാധികളോട് 12 മണിക്കൂറിലെ അധാനം കൂട്ടിച്ചേർത്തിട്ടുണ്ടെങ്കിൽ ആ 12 മണിക്കൂർ വേറൊരു 6 ഷില്ലിങ്ങിന്റെ മൂല്യത്തിൽ സാക്ഷാൽക്കരിക്കപ്പെടും. അങ്ങനെ ഉൽപ്പന്നത്തിന്റെ ആകെ മൂല്യം 36 മണിക്കൂർ സാക്ഷാൽക്കരിക്കപ്പെട്ട അധാനമായിരിക്കും. അത് 18 ഷില്ലിങ്ങായിരിക്കും. എന്നാൽ അധാനത്തിന്റെ മൂല്യം , അഥവാ തൊഴിലാളിക്കുകൊടുത്ത കൂലി, 3 ഷില്ലിങ് മാത്രമായതുകൊണ്ട് തൊഴിലാളി പണിയെടുത്തതും ചരക്കിന്റെ മൂല്യത്തിൽ സാക്ഷാൽക്കരി ക്കപ്പെട്ടതുമായ 6 മണിക്കൂറിലെ മിച്ചാധാനത്തിനു സമമൂല്യമായി മുതലാളി യാതൊന്നുംതന്നെ നൽകിയിട്ടുണ്ടാവില്ല. ആ ചരക്കിനെ അതിന്റെ മൂല്യമായ 18 ഷില്ലിങ്ങിനു വിൽക്കുന്നതുവഴി മുതലാളിക്ക് തന്മൂലം, പകരം സമമൂല്യമൊന്നും കൊടുക്കാത്ത 3 ഷില്ലിങ്ങിന്റെ മൂല്യം ലഭിക്കുന്നു. മിച്ചമൂല്യം, അഥവാ മുതലാളി കീശയിലാക്കുന്ന ലാഭം, ആയിരിക്കും ആ 3 ഷില്ലിങ്. അങ്ങനെ മുതലാളി 3 ഷില്ലിങ് ലാഭമുണ്ടാക്കുന്നത് തന്റെ ചരക്കിനെ അതിന്റെ മൂല്യത്തെക്കാൾ കൂടിയ വിലയ്ക്ക് വിറ്റിട്ടല്ല, പിന്നെയോ അതിനെ അതിന്റെ യഥാർഥമൂല്യത്തിനു വിറ്റിട്ടാണ്.

ഒരു ചരക്കിന്റെ മൂല്യത്തെ നിർണയിക്കുന്നത് അതിൽ അടങ്ങി യിട്ടുള്ള അധ്വാനത്തിന്റെ ആകെത്തുകയാണ്. എന്നാൽ ആ അധ്വാന ത്തിന്റെ ഒരു ഭാഗം സാക്ഷാൽക്കരിക്കപ്പെട്ടിട്ടുള്ള മൂല്യത്തിനു പകരമായി കൂലിയുടെ രൂപത്തിൽ സമമൂല്യം നൽകപ്പെട്ടുകഴിഞ്ഞിരിക്കുന്നു. അതിന്റെ മറ്റൊരുഭാഗം സാക്ഷാൽക്കരിക്കപ്പെട്ടിട്ടുള്ള മൂല്യത്തിനു പകരമായി യാതൊരു സമമൂല്യവും നൽകിയിട്ടില്ല. ചരക്കിൽ അടങ്ങിയിട്ടുള്ള അധ്വാനത്തിന്റെ ഒരു ഭാഗം പ്രതിഫലം നൽകപ്പെട്ട അധ്വാനമാണ്. മറ്റൊരു ഭാഗം പ്രതിഫലം നൽകാത്ത അധ്വാനമാണ്. അതുകൊണ്ട് ഒരു ചരക്കിനെ അതിന്റെ മൂല്യത്തിന്, അതായത് അതിൽ ചെലുത്തിയിട്ടുള്ള അധ്വാനത്തിന്റെ ആകെത്തുകയുടെ മൂർത്തീ കരണമെന്ന നിലയ്ക്ക്, വിൽക്കുമ്പോൾ മുതലാളി അനിവാര്യമായും അതിനെ ലാഭത്തിനു വിറ്റേ തീരൂ. അയാൾക്കു സമമൂല്യത്തിന്റെ ചെലവുവന്നതു മാത്രമല്ല, അയാൾക്കു യാതൊരു ചെലവുവരാത്തതും എന്നാൽ തൊഴിലാളിക്ക് അവന്റെ അധ്വാനത്തിന്റെ ചെലവുവന്ന തുമായതെന്തോ അതും കൂടി അയാൾ വിൽക്കുന്നു. ചരക്കിനുവേണ്ടി മുതലാളി ചെലവുചെയ്തതും അതിന്റെ യഥാർഥചെലവും രണ്ടും രണ്ടാണ്. അതുകൊണ്ട്, സാധാരണഗതിയിലുള്ള ശരാശരി ലാഭമുണ്ടാ ക്കുന്നത് ചരക്കുകളെ അവയുടെ യഥാർഥ മൂല്യത്തെക്കാൾ കൂടിയ വിലയ്ക്കു വിറ്റിട്ടില്ല, അവയുടെ യഥാർഥ മൂല്യത്തിനു വിറ്റിട്ടാണ്, എന്നു ഞാൻ ആവർത്തിക്കുന്നു.

11

മിച്ചമൂല്യത്തെ വിഘടിച്ചാൽ കിട്ടുന്ന വിവിധഭാഗങ്ങൾ

മിച്ചമൂല്യത്തെ — അഥവാ ഒരു ചരക്കിന്റെ മൊത്തം മൂല്യത്തിൽ തൊഴിലാളിയുടെ മിച്ചാധാനം അല്ലെങ്കിൽ കൂലികൊടുക്കാത്ത അധാനം സാക്ഷാൽക്കരിക്കപ്പെടുന്നത് ഏതു ഭാഗത്തിലാണോ അതിനെ—ലാഭമെന്നു ഞാൻ വിളിക്കുന്നു. തൊഴിലുടമയായ മുതലാളി ആ ലാഭം മുഴുവനും കീശയിലാക്കുന്നില്ല. ഭൂമിയുടെ കുത്തകയുള്ളതുകൊണ്ട് ജന്മിക്ക് ആ മിച്ചമൂല്യത്തിന്റെ ഒരു ഭാഗം പാട്ടമെന്ന പേരിൽ കൈവശപ്പെടുത്താൻ കഴിയുന്നു. ആ ഭൂമി ഉപയോഗിക്കുന്നത് കൃഷിക്കായാലും കെട്ടിടങ്ങ ൾക്കായാലും റെയിൽപാതകൾക്കായാലും മറ്റേതെങ്കിലും ഉൽപ്പാദനാ വശ്യങ്ങൾക്കായാലും ഇതിൽ വ്യത്യാസമൊന്നും വരുന്നില്ല. മറുവശത്ത്, അധാനോപകരണങ്ങൾ കൈവശമുള്ളതുകൊണ്ടാണ് തൊഴി ലുടമയായ മുതലാളിക്ക് മിച്ചമൂല്യം ഉൽപ്പാദിപ്പിക്കാൻ കഴിയുന്നത്, അഥവാ, മറ്റൊരു വിധത്തിൽ പറഞ്ഞാൽ, കൂലികൊടുക്കാത്ത അധാന ത്തിന്റെ ഒരു നിശ്ചിതതുക സ്വായത്തമാക്കാൻ കഴിയുന്നത്, എന്ന കാരണത്താൽത്തന്നെ, തൊഴിലുടമയായ മുതലാളിക്ക് മുഴുവനായോ ഭാഗികമായോ കടമയായി നൽകപ്പെടുന്ന ഉൽപ്പാദനോപാധികളുടെ ഉടമസ്ഥന്, ഒറ്റ വാക്കിൽ പറഞ്ഞാൽ പണം കടംകൊടുക്കുന്ന മുതലാ ളിക്ക്, ആ മിച്ചമൂല്യത്തിന്റെ മറ്റൊരു ഭാഗം പലിശയെന്ന പേരിൽ അവ കാശപ്പെടാൻ കഴിയുന്നു. അങ്ങനെ തൊഴിലുടമയായ മുതലാളിക്ക് ആകെ കിട്ടുന്നത് വ്യവസായിക ലാഭം അല്ലെങ്കിൽ വാണിജ്യ ലാഭം എന്നു പറയപ്പെടുന്നതു മാത്രമാണ്.

ഈ മൂന്ന് വിഭാഗക്കാർ തമ്മിലുള്ള മൊത്തം മിച്ചമൂല്യത്തിന്റെ പങ്കിട ലിനെ നിയന്ത്രിക്കുന്ന നിയമങ്ങളേതെന്ന ചോദ്യം നമ്മുടെ വിഷയത്തി നൊട്ടും പ്രസക്തമല്ല. എങ്കിലും ഇത്രയും പറഞ്ഞതിൽ നിന്ന് ഒരു കാര്യം സിദ്ധിക്കുന്നു:

പാട്ടം, പലിശ, വ്യവസായികലാഭം, എന്നിവ ചരക്കിന്റെ മിച്ചമൂല്യ ത്തിന്റെ — അഥവാ അതിലടങ്ങിയിട്ടുള്ള കൂലികൊടുക്കാത്ത അധ്വാന ത്തിന്റെ — വിവിധഭാഗങ്ങൾക്കുള്ള വിവിധനാമങ്ങൾ മാത്രമാണ്. ഈ ഉറവിടത്തിൽ നിന്ന്, ഈ ഉറവിടത്തിൽ നിന്നു മാത്രം, ഒരു പോലെ കിട്ടുന്നവയാണ് അവ. ഭൂമിയിൽ നിന്നുതന്നെയായിട്ടോ മൂലധനത്തിൽ നിന്നുതന്നെയായിട്ടോ അവ കിട്ടുന്നില്ല. എന്നാൽ തൊഴിലുടമയായ മുതലാളി തൊഴിലാളിയിൽനിന്ന് പിഴിഞ്ഞെടുക്കുന്ന മിച്ചമൂല്യത്തിന്റെ അവരവർക്കുള്ള ഓഹരി കിട്ടാൻ ഭൂമിയും മൂലധനവും അവയുടെ ഉടമസ്ഥരെ പ്രാപ്തരാക്കുന്നു. തന്റെ മിച്ചാധ്വാനത്തിന്റെ അഥവാ കൂലികിട്ടാത്ത അധ്വാനത്തിന്റെ ഫലമായ മിച്ചമൂല്യം മുഴുവനും തന്റെ തൊഴിലുടമയായ മുതലാളി കീശയിലാക്കുമോ അതോ അതിന്റെ ഓഹരികൾ പാട്ടത്തിന്റെയും പലിശയുടെയും പേരിൽ മൂന്നാം കക്ഷികൾ ക്കു കൊടുക്കാൻ അയാൾ ബാദ്ധ്യസ്ഥനാണോ എന്നത് തൊഴിലാളിയെ സംബന്ധിച്ചിടത്തോളം രണ്ടാംകിട പ്രാധാന്യം മാത്രമുള്ള കാര്യമാണ്. തൊഴിലുടമയായ മുതലാളി സ്വന്തം മൂലധനം മാത്രമേ ഉപയോഗിക്കു ന്നുള്ളുവെന്നും സ്വയം ഭൂവുടമയാണെന്നും വിചാരിക്കുക. അപ്പോൾ മിച്ചമൂല്യം മുഴുവനും അയാളുടെ കീശയിലേക്കായിരിക്കും പോകുന്നത്.

അന്തിമമായി സ്വായത്തമാക്കാവുന്ന ഭാഗം എത്രയാണെങ്കിലും ഈ മിച്ചമൂല്യം തൊഴിലാളിയുടെ അടുത്തുനിന്നും നേരിട്ടു പിടിച്ചെടുക്കുന്നത് തൊഴിലുടമയായ മുതലാളിയും. അതുകൊണ്ട് കൂലിവ്യവസ്ഥയായകെയും ഇന്നത്തെ ഉൽപ്പാദനവ്യവസ്ഥയായകെയും ആശ്രയിച്ചിരിക്കുന്നത് തൊഴിലു ടമയായ മുതലാളിയും കൂലിവേലക്കാരനും തമ്മിലുള്ള ഈ ബന്ധ ത്തെയാണ്. അതുകൊണ്ട് നമ്മുടെ വാദപ്രതിവാദത്തിൽ പങ്കെടുത്ത ചിലർ കാര്യങ്ങൾ കൂട്ടിക്കുഴയ്ക്കാനും തൊഴിലുടമയായ മുതലാളിയും തൊഴിലാളിയും തമ്മിലുള്ള ഈ മൗലികബന്ധത്തെ രണ്ടാംകിട പ്രശ്നമായി കരുതാനും ശ്രമിച്ചത് തെറ്റായിപ്പോയി. എങ്കിലും ഇന്നത്തെ സാഹചര്യങ്ങളിൽ വിലക്കയറ്റം തൊഴിലുടമയായ മുതലാളിരെയും ജന്മിയെയും പണമുടമയായ മുതലാളിയെയും വേണമെങ്കിൽ കരംപരിവു കാരനെയും വളരെയേറെ അസമമായ തോതുകളിൽ ബാധിച്ചേക്കാൻ ഇടയുണ്ടെന്ന് അവർപറഞ്ഞത് ശരിയാണ്.

മുകളിൽ പറഞ്ഞതിൽ നിന്ന് മറ്റൊരു അനന്തരഫലംകൂടി ഉളവാകുന്നുണ്ട്.

ഒരു ചരക്കിന്റെ മൂല്യത്തിൽ അസംസ്കൃത പദാർഥങ്ങളുടെയും യന്ത്രങ്ങളുടെയും മൂല്യത്തെമാത്രം പ്രതിനിധാനം ചെയ്യുന്ന ഭാഗം — ഒറ്റവാക്കിൽ പറഞ്ഞാൽ, ഉപയോഗിച്ചു കഴിഞ്ഞ ഉൽപ്പന്നോപാധികളുടെ മൂല്യം — വരുമാനമാകുന്നില്ല. അത് മൂലധനത്തെ പകരംവെയ്ക്കു ന്നേയുള്ളൂ. എന്നുമാത്രമല്ല, ചരക്കിന്റെ മൂല്യത്തിൽ വരുമാനമായിട്ടുള്ള, അഥവാ കൂലിയുടെയും ലാഭത്തിന്റെയും പാട്ടത്തിന്റെയും പലിശ യുടെയും രൂപത്തിൽ ചിലവഴിക്കാവുന്ന, മറ്റേ ഭാഗം കൂലിയുടെ

മൂല്യത്തിൽ നിന്നും പാട്ടത്തിന്റെ മൂല്യത്തിൽ നിന്നും ലാഭത്തിന്റെ മൂല്യത്തിൽ നിന്നും മറ്റുമാണ് ഉളവാകുന്നത് എന്നുപറയുന്നത് സത്യവിരുദ്ധമാണ്. നമുക്ക് ഒന്നാമത് കൂലിയെ മാറ്റിനിർത്തിയിട്ട് വ്യാവസായിക ലാഭത്തെയും പലിശയേയും പാട്ടത്തെയും മാത്രം പരിശോധിക്കാം. ഒരു ചരക്കിലടങ്ങിട്ടുള്ള മിച്ചമൂല്യം, അഥവാ അതിന്റെ മൂല്യത്തിൽ കൂലികൊടുക്കാത്ത അധ്വാനം സാക്ഷാൽക്കരിക്കപ്പെട്ടിട്ടുള്ള ഭാഗം, മൂന്നുവ്യത്യസ്ത നാമങ്ങളോടുകൂടിയ വ്യത്യസ്ഥ അംഗങ്ങളായി തിരിയുന്നുവെന്ന് നാം കുറച്ചു മുമ്പ് കണ്ടല്ലോ. എന്നാൽ ഈ മൂന്ന് ഘടകങ്ങളുടെ സ്വതന്ത്രമൂല്യങ്ങൾ കൂട്ടിച്ചേർത്താൽ കിട്ടുന്നതാണ്, അല്ലെങ്കിൽ അങ്ങനെ രൂപംകൊളളുന്നതാണ്, അതിന്റെ മൂല്യമെന്ന് പറയുന്നത് സത്യത്തിനു കടകവിരുദ്ധമായിരിക്കും.

ഒരു മണിക്കൂറിലെ അധ്വാനം 6 പെൻസിന്റെ മൂല്യത്തിൽ സാക്ഷാൽ ക്കരിക്കുന്നുണ്ടെങ്കിൽ, തൊഴിലാളിയുടെ തൊഴിൽ ദിവസത്തിൽ 12 മണിക്കൂറുണ്ടെങ്കിൽ അതിന്റെ പകുതി സമയം കൂലികൊടുക്കാത്ത അധ്വാനമാണെങ്കിൽ, ആ മിച്ചാധ്വാനം ചരക്കിനോട് 3 ഷില്ലിങ്ങിന്റെ മിച്ച മൂല്യം — അതായത്, പകരം സമമൂല്യമൊന്നും കൊടുത്തിട്ടില്ലാത്ത മൂല്യം – കൂട്ടിച്ചേർക്കും. ഈ മൂന്ന് ഷില്ലിങ്ങിന്റെ മിച്ചമൂല്യമാണ് തൊഴിലു ടമയായ മുതലാളിക്ക് ഏതെങ്കിലും അനുപാതത്തിൽ ജന്മിയായും പണമിടപാടുകാരനായും പങ്കുവെയ്ക്കാൻ കഴിയുന്ന മൊത്തം ഫണ്ട്. ഈ 3 ഷില്ലിങ്ങിന്റെ മൂല്യമെന്നത് അവർ പങ്കിട്ടെടുക്കേണ്ട മൂല്യത്തിന്റെ സീമയാണ്. എന്നാൽ തൊഴിലുടമയായ മുതലാളി ചരക്കിന്റെ മൂല്യത്തോട് തന്റെ ലാഭത്തിലുള്ള ഒരു മൂല്യവും അതിന്റെ കൂടെ ജന്മിക്കായുള്ള മറ്റൊരു മൂല്യവും അങ്ങനെയോരോന്ന് സ്വേഛാപരമായി കൂട്ടിച്ചേർക്കുകയല്ല ചെയ്യുന്നത്. സ്വേഛാപരമായി നിജപ്പെടുത്തിയ ഈ മൂല്യങ്ങൾ എല്ലാംകൂടി കൂട്ടിയാൽ മൊത്തം മൂല്യം കിട്ടുമെന്നതല്ല സ്ഥി തി. അതുകൊണ്ട് ഒരു നിശ്ചിത മൂല്യം മൂന്നുഭാഗങ്ങളായി വിഘടിക്കു ന്നതിനെ ആ മൂല്യം മൂന്ന് സ്വതന്ത്ര മൂല്യങ്ങൾ കൂടിക്കൂട്ടുമ്പോൾ രൂപം കൊള്ളുന്നതുമായി കൂട്ടിക്കുഴയുകയും അങ്ങനെ പാട്ടവും ലാഭവും പലിശയും ഏതൊന്നിൽ നിന്ന് ഉളവാകുന്നുവോ ആ മൊത്തം മൂല്യത്തെ സ്വേഛാപരമായ ഒരു പരിമാണമായി മാറ്റുകയും ചെയ്യുന്ന സാമാന്യ ധാരണ അബദ്ധമാണെന്നു നിങ്ങൾക്ക് കാണാൻ കഴിയും.

ഒരു മുതലാളിക്കു കിട്ടുന്ന മൊത്തം ലാഭം 100 പവനാണെങ്കിൽ ഒരു നിരപേക്ഷപരിമാണമെന്ന നിലയ്ക്കു നമ്മൾ ഈ തുകയെ ലാഭത്തുക എന്നു വിളിക്കുന്നു. എന്നാൽ മുൻകൂർ മുടക്കിയിട്ടുള്ള മൂലധനത്തോട് ഈ 100 പവനുള്ള അനുപാതം കണക്കാക്കുകയാ ണെങ്കിൽ നമ്മൾ ഈ സാപേക്ഷപരിമാണത്തെ ലാഭനിരക്ക് എന്നു വിളിക്കുന്നു. ഈ ലാഭനിരക്കിനെ രണ്ടു തരത്തിൽ പ്രകാശിപ്പിക്കാമെന്നു വ്യക്തമാണ്.

കൂലിക്കുവേണ്ടി മുൻകൂർ മുടക്കിയിട്ടുള്ള മൂലധനം 100 പവനാ

ണെന്നിരിക്കട്ടെ. ഉൽപ്പാദിപ്പിക്കപ്പെടുന്ന മിച്ചമൂല്യവും 100 പവനാണെങ്കിൽ — തൊഴിലാളിയുടെ തൊഴിൽ ദിവസത്തിന്റെ പകുതി സമയം കൂലികൊടുക്കാത്ത അധ്വാനമാണെന്നാണ് ഇതു കാണിക്കുന്നത് — കൂലി ക്കുവേണ്ടി മുൻകൂർ മുടക്കിയ മൂലധനത്തിന്റെ മൂല്യംകൊണ്ടാ ണ് ഈ ലാഭത്തെ അളക്കുന്നതെങ്കിൽ, ലാഭനിരക്ക് 100 ശതമാനമാണെന്നു നാം പറയും. കാരണം, മുൻകൂർ മുടക്കിയ മൂല്യം നൂറും കിട്ടിയ മൂല്യം ഇരുന്നൂറുമാണ്.

നേരേ മറിച്ച്, കൂലിക്കുവേണ്ടി മുൻകൂർ മുടക്കിയ മൂലധനം മാത്രമല്ല, മുൻകൂർ മുടക്കിയ മൊത്തം മൂലധനമാണ് നാം പരിഗണിക്കുന്നതെന്നി രിക്കട്ടെ. അത് 500 പവനാണെന്നു വയ്ക്കുക. അതിൽ 400 പവൻ അസംസ്കൃത പദാർഥങ്ങളുടെയും യന്ത്രങ്ങളുടെയും മറ്റും മൂല്യത്തെ പ്രതിനിധീകരിക്കുന്നു. അങ്ങനെയാണെങ്കിൽ ലാഭനിരക്ക് 20 ശതമാനം മാത്രമാണെന്നു പറയണം. കാരണം, ലാഭമായ 100 പവൻ മുൻകൂർ മുടക്കിയ മൊത്തം മൂലധനത്തിന്റെ അഞ്ചിലൊരു ഭാഗമേ വരൂ.

ലാഭനിരക്ക് ആദ്യത്തെ രീതിയിൽ പ്രകാശിപ്പിക്കുമ്പോൾ മാത്രമാണ് കൂലികൊടുത്തതും കൊടുക്കാത്തതുമായ അധ്വാനം തമ്മിലുള്ള യഥാർഥ അനുപാതം വെളിപ്പെടുന്നത്, ഒരു ഫ്രഞ്ച് പദം ഉപയോഗി ക്കാൻ അനുവദിക്കുമെങ്കിൽ അധ്വാനത്തിന്റെ ചൂഷണത്തിന്റെ യഥാർഥതോത് വെളിപ്പെടുന്നത്. ലാഭനിരക്കു പ്രകാശിപ്പിക്കാൻ സാധാരണ ഉപയോഗി ക്കുന്നത് മറ്റേ രീതിയാണ്. ചില ഉദ്ദേശ്യങ്ങൾക്കു പറ്റിയതുമാണത്. എന്തായാലും മുതലാളി തൊഴിലാളിയിൽ നിന്ന് സൗജന്യമായ അധ്വാനം പിഴിഞ്ഞെടുക്കുന്നതിന്റെ തോത് മറച്ചുവയ്ക്കാൻ അത് വളരെയേറെ ഉപകരിക്കുന്നു.

തുടർന്നുള്ള പരാമർശങ്ങളിൽ ഞാൻ ലാഭം എന്ന വാക്കുപയോ ഗിക്കുന്നത് മുതലാളി പിഴിഞ്ഞെടുക്കുന്ന മൊത്തം മിച്ചമൂല്യത്തെ വിവി ധകക്ഷികൾ വീതിച്ചെടുക്കുന്നതു കണക്കിലെടുക്കാതെയായിരിക്കും. ലാഭനിരക്ക് എന്ന വാക്കുപയോഗിക്കുമ്പോൾ ഞാനെപ്പോഴും ലാഭത്തെ അളക്കുന്നത് കൂലിക്കുവേണ്ടി മുൻകൂർ മുടക്കുന്ന മൂലധനത്തിന്റെ മൂ ല്യം കൊണ്ടായിരിക്കും.

12

ലാഭവും കൂലിയും വിലയും തമ്മിലുള്ള സാമാന്യബന്ധം

ഒരു ചരക്കിന്റെ മൂല്യത്തിൽ നിന്ന് അതിന്മേൽ ചെലവഴിച്ചിട്ടുള്ള അസംസ്കൃതപദാർഥങ്ങളുടെയും മറ്റ് ഉൽപ്പാദനോപാധികളുടെയും മൂല്യത്തെ പകരംവയ്ക്കുന്ന മൂല്യം കുറയ്ക്കുക. അതായത്, അതിലട ങ്ങിയിട്ടുള്ള പഴയ അധ്വാനത്തെ പ്രതിനിധാനംചെയ്യുന്ന മൂല്യം കുറ ക്കുക. ശേഷമുള്ള അതിന്റെ മൂല്യം, അവസാനം ഏർപ്പെടുത്തപ്പെട്ട തൊ ഴിലാളി കൂട്ടിച്ചേർത്ത അധ്വാനത്തിന്റെ പരിമാണമായിരിക്കും. ആ തൊഴിലാളി ദിവസം 12 മണിക്കൂർ പണിയെടുക്കുന്നുണ്ടെങ്കിൽ, 12 മണിക്കൂറിലെ ശരാശരി അദ്ധ്വാനം 6 ഷില്ലിങ്ങിന് തുല്യമായ സ്വർണ ത്തിന്റെ തുകയിൽ മൂർത്തീകരിക്കപ്പെട്ടിരിക്കുന്നുണ്ടെങ്കിൽ, 6 ഷില്ലിങ്ങ് എന്ന അധികമൂല്യമാണ് അവന്റെ അധ്വാനം സൃഷ്ടിച്ചിട്ടുള്ള ഒരേയൊരു മൂല്യം. അവന്റെ അധ്വാനത്തിന്റെ സമയത്താൽ നിർണയിക്കപ്പെടുന്ന ഈ മൂല്യമാണ് അവനും മുതലാളിക്കും അവരവരുടെ ഓഹരികൾ അല്ലെങ്കിൽ ഡിവിഡണ്ടുകൾ പങ്കിട്ടെടുക്കാൻ കഴിയുന്ന ഒരേയൊരു ഫണ്ട്; കൂലിയും ലാഭവും വീതിച്ചെടുക്കേണ്ട ഒരേയൊരു മൂല്യം. ഇരുകക്ഷികളും തമ്മിൽ വീതിക്കുമ്പോൾ അനുപാതത്തിൽ വന്നേക്കാവുന്ന വ്യത്യാസങ്ങൾ ആ മൂല്യം യാതൊരു മാറ്റവും വരുത്തുകയില്ലെന്ന് വ്യക്തമാണ്. ഒരു തൊഴിലാളിക്കു പകരം പണിയെടുക്കുന്ന മുഴുവൻ ജനങ്ങളേയും ഏർപ്പെടുത്തിയാലും ഒരു ദിവസത്തിനു പകരം ഉദാഹരണത്തിന് 12 ദശലക്ഷം തൊഴിൽ ദിവസങ്ങളായാലും യാതൊരു മാറ്റവും വരികയില്ല.

മുതലാളിക്കും തൊഴിലാളിക്കും വീതിച്ചെടുക്കാനായിട്ട് ഈ പരിമിതമായ മൂല്യം, അതായത് തൊഴിലാളിയുടെ മൊത്തം അധ്വാ നത്താൽ അളക്കപ്പെടുന്ന മൂല്യം, മാത്രമേയുള്ളുവെന്നതിനാൽ, ഒരാൾക്ക് എത്രകൂടുതൽ കിട്ടുന്നോ അത്രയും കുറച്ചേ മറ്റെയാൾക്കു കിട്ടു. അതുപോലെ തിരിച്ചും. തുക നിശ്ചിതമാണെങ്കിൽ അതിന്റെ ഒരുഭാഗം

വർധിക്കുന്നതിന്റെ വിപരീതാനുപാതത്തിൽ മറ്റേഭാഗം കുറയും. കൂലിയിൽ മാറ്റമുണ്ടാവുമെങ്കിൽ നേരെ എതിരേയുള്ള മാറ്റം ലാഭത്തിലുണ്ടാവും. കൂലി കുറയുമെങ്കിൽ ലാഭം കൂടും. കൂലി കൂടുമെങ്കിൽ ലാഭം കുറയും. മുമ്പത്തെ ദൃഷ്ടാന്തത്തിൽ തൊഴിലാളിക്ക് അവൻ സൃഷ്ടിച്ച മൂല്യത്തിന്റെ പകുതിവരുന്ന 3 ഷില്ലിങ്ങ് കിട്ടുമെങ്കിൽ, അഥവാ പകുതി കൂലി കിട്ടിയ അധ്വാനവും പകുതി കൂലികിട്ടാത്ത അധ്വാനവും ചേർന്നതാണ് അവന്റെ ഒരു മുഴുവൻ തൊഴിൽ ദിവസമെങ്കിൽ, ലാഭനിരക്ക് 100 ശതമാനമായിരിക്കും.എന്തുകൊണ്ടെന്നാൽ മുതലാളിക്ക് 3 ഷില്ലിങ് കിട്ടുന്നു. തൊഴിലാളിക്ക് 2 ഷില്ലിങ്ങേ കിട്ടുന്നുള്ളുവെങ്കിൽ,അഥവാ ദിവസത്തിൽ മൂന്നിലൊരു ഭാഗം സമയത്തേ അവൻ തനിക്കു വേണ്ടി പണിയെടുക്കുന്നുള്ളുവെങ്കിൽ, മുതലാളിക്ക് 4 ഷില്ലിങ് കിട്ടും. അപ്പോൾ ലാഭ നിരക്ക് 200 ശതമാനമായിരിക്കും. തൊഴിലാളിക്ക് 4 ഷില്ലിങ് കിട്ടുന്നുവെങ്കിൽ മുതലാളിക്ക് 2 ഷില്ലിങ്ങേ കിട്ടൂ. അപ്പോൾ ലാഭനിരക്ക് 50 ശതമാനമായി കുറയും. എന്നാൽ ഈ വ്യത്യാസങ്ങളൊന്നും ചരക്കിന്റെ മൂല്യത്തെ ബാധിക്കുകയില്ല. അതുകൊണ്ട് ഒരു പൊതുകൂലി വർധനവ് പൊതുലാഭനിരക്ക് കുറയാനിടയാക്കുമെങ്കിലും മൂല്യങ്ങളെ ബാധിക്കുകയില്ല.

പക്ഷേ ചരക്കുകളുടെ കമ്പോളവിലകളെ അന്തിമമമായി ക്രമീകരിക്കുന്ന ചരക്കുകളുടെ മൂല്യങ്ങളെ നിർണയിക്കുന്നത് അവയിൽ ഉറപ്പിച്ചിട്ടുള്ള അധ്വാനത്തിന്റെ മൊത്തം പരിമാണങ്ങളാണ് — കൂലികൊടുത്ത അധ്വാനവും കൂലികൊടുക്കാത്ത അധ്വാനവുമെന്നുള്ള ആ തുകയുടെ വിഭജനമല്ല -- എന്നാണെങ്കിൽ തന്നെയും ഉദാഹരണത്തിന് 12 മണിക്കൂറിൽ ഉൽപ്പാദിപ്പിച്ചിട്ടുള്ള പ്രത്യേകം പ്രത്യേകം ചരക്കുകളുടെ, അല്ലെങ്കിൽ ചരക്കുകളുടെ കൂട്ടങ്ങളുടെ, മൂല്യങ്ങൾ മാറ്റമില്ലാതെ തുടരുമെന്ന് ഒരിക്കലും അർഥമില്ല. ഒരു നിശ്ചിത അധ്വാന സമയത്തിനുള്ളിലോ ഒരു നിശ്ചിതപരിമാണത്തിലുള്ള അധ്വാനത്തിലോ ഉൽപ്പാദിപ്പിക്കപ്പെടുന്ന ചരക്കുകളുടെ എണ്ണം അല്ലെങ്കിൽ കൂട്ടം ആശ്രയിച്ചിരിക്കുന്നത് ഏർപ്പെടുത്തിയിട്ടുള്ള അധ്വാനത്തിന്റെ ഉൽപ്പാദനശക്തിയെയാണ്, അതിന്റെ വ്യാപ്തിയേയോ ദൈർഘ്യത്തേയോ അല്ല. ഉദാഹരണത്തിന് നൂൽനൂൽപ്പിൽ 12 മണിക്കൂറടങ്ങുന്ന ഒരു തൊഴിൽ ദിവസം അധ്വാനത്തിന്റെ ഒരുതോതിലുള്ള ഉൽപ്പാദനശക്തിവെച്ച് 12 റാത്തൽ നൂലും കുറേക്കൂടി കുറഞ്ഞ തോതിലുള്ള ഉൽപ്പാദനശക്തിവെച്ച് 2 റാത്തൽ നൂലും ഉൽപ്പാദിപ്പിച്ചെന്നു വരും. 12 മണിക്കൂറിലെ ശരാശരി അധ്വാനം സാക്ഷാൽക്കരിക്കപ്പെടുന്നത് 6 ഷില്ലിങ്ങിന്റെ മൂല്യത്തിലാണെങ്കിൽ, ഒരു ദൃഷ്ടാന്തത്തിൽ 12 റാത്തൽ നൂലിന് 6 ഷില്ലിങ് വിലവരും. മറ്റേ ദൃഷ്ടാന്തത്തിൽ 2 റാത്തൽ നൂലിനും 6 ഷില്ലിങ് തന്നെ വില വരും അതുകൊണ്ട് 1 റാത്തൽ നൂലിന് ഒരു ദൃഷ്ടാന്തത്തിൽ 6 പെൻസും മറ്റേ ദൃഷ്ടാന്തത്തിൽ 3 ഷില്ലിങ്ങുമായിരിക്കും വില. ഏർപ്പെടുത്തുന്ന അധ്വാനത്തിന്റെ ഉൽപ്പാദനശക്തിയിലുള്ള വ്യത്യാസമാണ് ഈ വില

വ്യത്യാസത്തിനു കാരണം. കൂടിയ ഉൽപ്പാദനശക്തിവച്ച് ഒരു മണിക്കൂറിലെ അധ്വാനം ഒരു റാത്തൽ നൂലിൽ സാക്ഷാത്കരി ക്കപ്പെടുമ്പോൾ കുറഞ്ഞ ഉൽപ്പാദനശക്തിവച്ച് 6 മണിക്കൂറിലെ അധ്വാനമാണ് 1 റാത്തൽ നൂലിൽ സാക്ഷാൽക്കരിക്കപ്പെടുന്നത്. ഒരു ദൃഷ്ടാന്തത്തിൽ കൂലി താരതമ്യേന കൂടുതലും ലാഭനിരക്കു കുറവുമാ യിരുന്നുവെങ്കിലും 1 റാത്തൽ നൂലിന് 6 പെൻസേ വില വരു. മറ്റേ ദൃഷ്ടാന്തത്തിൽ കൂലി കുറവും ലാഭനിരക്ക് കൂടുതലായിരുന്നുവെങ്കിലും ഒരു റാത്തൽ നൂലിന് 3 ഷില്ലിങ് വില വരും. എന്തുകൊണ്ടെന്നാൽ ഒരു റാത്തൽ നൂലിന്റെ വിലയെ നിയന്ത്രിക്കുന്നത് അതിൽ ചെലുത്തിയിട്ടുള്ള മൊത്തം അധ്വാനത്തിന്റെ പരിമാണമാണ്. കൂലികൊടുത്ത അധ്വാന മായും കൂലികൊടുക്കാത്ത അധ്വാനമായും ആ മൊത്തം പരിമാണം ഏതനുപാതത്തിൽ വിഭജിക്കപ്പെട്ടിട്ടുണ്ട് എന്നതല്ല. കൂടുതൽ കൂലി കൊടുക്കുന്ന അധ്വാനം വിലകുറഞ്ഞ ചരക്കുകളും കുറഞ്ഞ കൂലി കൊടുക്കുന്ന അധ്വാനം വിലകൂടിയ ചരക്കുകളും ഉൽപ്പാദിപ്പിക്കാനിട യുണ്ടെന്ന ഞാൻ മുമ്പു പറഞ്ഞ വസ്തുത അങ്ങനെ ഒരു വിരോധാഭാസ മല്ലാതായിത്തീരുന്നു. ഒരു ചരക്കിന്റെ മൂല്യത്തെ നിയന്ത്രിക്കുന്നത് അതിൽ ചെലുത്തിയിട്ടുള്ള അധ്വാനത്തിന്റെ പരിമാണമാണെന്നും അതിൽ ചെലുത്തിയിട്ടുള്ള അധ്വാനത്തിന്റെ പരിമാണം ഏർപ്പെടുത്ത പ്പെട്ടിട്ടുള്ള അധ്വാനത്തിന്റെ ഉൽപ്പാദനശക്തിയെ പൂർണമായും ആശ്ര യിച്ചിരിക്കുന്നുവെന്നും അതുകൊണ്ട് അധ്വാനത്തിന്റെ ഉൽപ്പാദനക്ഷമത യിലുള്ള ഓരോ മാറ്റവുമനുസരിച്ച് അത് മാറുന്നതാണെന്നുമുള്ള സാമാ ന്യനിയമത്തിന്റെ പ്രകാശനം മാത്രമാണത്.

കൂലി കൂട്ടിക്കിട്ടാനോ കുറയ്ക്കുന്നതിനെ ചെറുക്കാനോ ശ്രമിക്കുന്ന മുഖ്യസന്ദർഭങ്ങൾ.

നമുക്കിനി കൂലി കൂട്ടിക്കിട്ടാനോ കൂലി കുറയ്ക്കുന്നതിനെ ചെറുക്കാ നോ ശ്രമിക്കുന്ന മുഖ്യസന്ദർഭങ്ങളേതെല്ലാമാണെന്നു ഗൗരവപൂർവ്വം പരിശോധിക്കാം.

1. അധ്വാനശക്തിയുടെ മൂല്യത്തെ സാമാന്യഭാഷയിൽ പറഞ്ഞാൽ അധ്വാനത്തിന്റെ മൂല്യത്തെ നിർണയിക്കുന്നത് അവശ്യ വസ്തുക്കളുടെ മൂല്യമാണെന്ന് അഥവാ അവ ഉൽപ്പാദിപ്പിക്കാനാവശ്യമായ അധ്വാന ത്തിന്റെ പരിമാണമാണെന്ന് നാം കണ്ടു. ഒരു രാജ്യത്ത് ഒരു തൊഴിലാളി ക്ക് ശരാശരി വേണ്ട അവശ്യവസ്തുക്കളുടെ മൂല്യം 3 ഷില്ലിങ്ങിൽ പ്രകാശിപ്പിക്കപ്പെടുന്ന 6 മണിക്കൂറധ്വാനത്തെ പ്രതിനിധാനം ചെയ്യുന്നു ണ്ടെങ്കിൽ തന്റെ നിത്യവൃത്തിക്കുള്ള സമമൂല്യം ഉൽപ്പാദിപ്പിക്കാൻ തൊഴിലാളി ദിവസം 6 മണിക്കൂർ പണിയെടുക്കണം. തൊഴിൽദിവ സത്തിൽ ആകെ 12 മണിക്കൂറാണുള്ളതെങ്കിൽ 3 ഷില്ലിങ് കൂലി കൊടുത്തുകൊണ്ട് മുതലാളി അവന്റെ അധ്വാനത്തിന്റെ മൂല്യം അവനു നൽകും. തൊഴിൽദിവസത്തിന്റെ പകുതിസമയം കൂലികൊടുക്കാത്ത അധ്വാനമായിരിക്കും. ലാഭനിരക്ക് 100 ശതമാനമായിരിക്കും. എന്നാൽ

ഉൽപ്പാദനക്ഷമത കുറഞ്ഞതിന്റെ ഫലമായി ഉദാഹരണത്തിന് അത്രതന്നെ കാർഷികോൽപ്പന്നങ്ങൾ ഉൽപ്പാദിപ്പിക്കാൻ കൂടുതൽ അധാനം ആവശ്യമാണെന്നും അങ്ങനെ ശരാശരി വേണ്ട അവശ്യ വസ്തുക്കളുടെ വില 3 ഷില്ലിങ്ങിൽ നിന്നു 4 ഷില്ലിങ്ങായി വർധിച്ചുവെന്നും വിചാരിക്കുക. അങ്ങനെയാണെങ്കിൽ അധാനത്തിന്റെ മൂല്യം മൂന്നി ലൊന്ന് അല്ലെങ്കിൽ 331/3 ശതമാനം വർധിക്കും. തൊഴിലാളിയുടെ പഴയ ജീവിത നിലവാരമനുസരിച്ച് അവന്റെ നിത്യവൃത്തിക്കുള്ള സമമൂല്യം ഉൽപ്പാദിപ്പിക്കാൻ തൊഴിൽദിവസത്തിലെ 8 മണിക്കൂർ വേണ്ടിവരും. അതുകൊണ്ട് മിച്ചാധാനം ആറിൽനിന്ന് നാലുമണിക്കൂറായി കുറയും. ലാഭനിരക്ക് നൂറിൽനിന്ന് അമ്പതു ശതമാനമായി കുറയും. കൂലി കൂട്ടിക്കി ട്ടണമെന്ന് തൊഴിലാളി ആവശ്യപ്പെടുമ്പോൾ തന്റെ അധാനത്തിന്റെ വർധിച്ച മൂല്യം കിട്ടണമെന്ന് ആവശ്യപ്പെടുക മാത്രമേ അവൻ ചെയ്യു ന്നുള്ളു. മറ്റേതു ചരക്കിന്റെ വിൽപ്പനക്കാരനും തന്റെ ചരക്കിനുള്ള ചെല വു കൂടുമ്പോൾ അതിന്റെ വർധിച്ച മൂല്യം കിട്ടാൻ ശ്രമിക്കുന്നതുപോലെ തന്നെയാണ് ഇത്. കൂലി കൂടിയില്ലെങ്കിൽ അഥവാ അവശ്യവസ്തു ക്കളുടെ വർധിച്ച മൂല്യങ്ങളെ നികത്താനാവശ്യമായത്ര കൂടിയില്ലെങ്കിൽ അധാനത്തിന്റെ വില അധാനത്തിന്റെ മൂല്യത്തെക്കാൾ കുറയുകയും തൊഴിലാളിയുടെ ജീവിതനിലവാരം കൂടുതൽ മോശമാവുകയും ചെയ്യും.

എന്നാൽ നേരേ വിപരീതവഴിക്കുള്ള മാറ്റവും സംഭവിക്കാം. അധാന ത്തിന്റെ ഉൽപ്പാദനക്ഷമത വർധിച്ചതിന്റെ ഫലമായി അത്രതന്നെ ശരാ ശരി അവശ്യവസ്തുക്കളുടെ മൂല്യം മൂന്നിൽനിന്നു രണ്ടു ഷില്ലിങ്ങായി കുറഞ്ഞെന്നു വരാം. അഥവാ അവശ്യവസ്തുക്കളുടെ മൂല്യത്തിനുള്ള സമമൂല്യം പ്രത്യുൽപ്പാദിപ്പിക്കാൻ ഒരു തൊഴിൽ ദിവസത്തിൽ ആറിനു പകരം നാലുമണിക്കൂർ മതിയെന്നു വന്നേക്കാം. മുമ്പു 3 ഷില്ലിങ്ങിനു വാങ്ങിച്ചത്രയും അവശ്യവസ്തുക്കൾ തൊഴിലാളിക്ക് ഇപ്പോൾ 2 ഷില്ലിങ്ങിനു വാങ്ങാൻ കഴിയും. വാസ്തവത്തിൽ അധാനത്തിന്റെ മൂല്യം കുറയുന്നു. എന്നാൽ ആ കുറഞ്ഞ മൂല്യം മുമ്പത്തത്രന്നെ ചരക്കുകൾ ലഭ്യമാക്കും. അപ്പോൾ ലാഭം മൂന്നിൽനിന്നു നാലു ഷില്ലിങ്ങായി വർധിക്കും. ലാഭനിരക്ക് നൂറിൽനിന്ന് ഇരുന്നൂറു ശതമാനമായി ഉയരും. തൊഴിലാളിയുടെ നിരപേക്ഷജീവിതനിലവാരം അതേപടി നിലനിൽ ക്കുമെങ്കിലും അവന്റെ സാപേക്ഷകൂലിയും അതോടെ മുതലാളി യുടേതുമായി തട്ടിച്ചുനോക്കുമ്പോൾ അവന്റെ സാപേക്ഷ സാമൂഹ്യനി ലയും താഴും. സാപേക്ഷകൂലിയുടെ ഈ കുറയലിനെ തൊഴിലാളി ചെറുക്കുകയാണെങ്കിൽ സ്വന്തം അധാനത്തിന്റെ വർധമാനമായ ഉൽപ്പാദനശക്തിയുടെ ഒരോഹരി കിട്ടാനും സാമൂഹ്യസോപാനത്തിലെ തന്റെ മുമ്പത്തെ സാപേക്ഷനില നിലനിർത്താനും ശ്രമിക്കുക മാത്രമാ യിരിക്കും അവൻ ചെയ്യുന്നത്. ധാന്യനിയമങ്ങൾ റദ്ദാക്കിയ ശേഷം ധാന്യ നിയമവിരുദ്ധ പ്രക്ഷോഭ സമയത്ത് അങ്ങേയറ്റം ഗൗരവപൂർവം നൽകിയ വാഗ്ദാനങ്ങളെ പരസ്യമായി ലംഘിച്ചുകൊണ്ട് ഇംഗ്ലീഷ് ഫാക്ടറിയുടമ

കൾ പൊതുവായി കൂലി 10 ശതമാനം വെട്ടിക്കുറച്ചു. തൊഴിലാളികളുടെ എതിർപ്പ് ആദ്യം വിഫലമായെങ്കിലും എനിക്കിപ്പോൾ വിസ്തരിക്കാൻ നിവൃത്തിയില്ലാത്ത സാഹചര്യങ്ങളുടെ ഫലമായി ആ നഷ്ടപ്പെട്ട 10 ശത മാനം പിന്നീട് തിരിച്ചുകിട്ടി.

2. അവശ്യവസ്തുക്കളുടെ മൂല്യങ്ങളും അതിന്റെ ഫലമായി അധാ നത്തിന്റെ മൂല്യവും അതേപടി നിലനിന്നുവെന്നും എന്നാൽ പണത്തിന്റെ മൂല്യം നേരത്തേ മാറിയതിന്റെ ഫലമായി അവയുടെ പണരുപത്തിലുളള വിലയിൽ മാറ്റമുണ്ടായെന്നും വരാം.

ഉദാഹരണത്തിന് കൂടുതൽ ഫലപുഷ്ടമായ ഖനികളും മറ്റും കണ്ടു പിടിച്ചതുമൂലം മുമ്പു ഒരൗൺസ് സ്വർണം ഉൽപ്പാദിപ്പിക്കുന്നതിനു വേണ്ടി വന്നതിനെക്കാൾ കൂടുതൽ അധാനം ഇപ്പോൾ രണ്ടൗൺസ് ഉൽപ്പാദിപ്പി ക്കാൻ വേണ്ടിവന്നില്ലെന്നുവരും. അപ്പോൾ സ്വർണത്തിന്റെ മൂല്യം നേർ പകുതി അഥവാ 50 ശതമാനം കുറയും. മറ്റെല്ലാ ചരക്കുകളുടെയും മൂല്യ ങ്ങൾ അവയുടെ മുമ്പത്തെ പണരുപത്തിലുളള വിലയുടെ ഇരട്ടിയായി ഇപ്പോൾ പ്രകാശിപ്പിക്കപ്പെടുമെന്നതിനാൽ അധാനത്തിന്റെ മൂല്യത്തിനും അതുതന്നെ സംഭവിക്കും. മുമ്പ് 6 ഷില്ലിങ്ങിൽ പ്രകാശിപ്പിക്കപ്പെട്ട 12 മണിക്കൂറധാനം ഇപ്പോൾ 12 ഷില്ലിങ്ങിൽ പ്രകാശിപ്പിക്കപ്പെടും. തൊഴിലാളിയുടെ കൂലി 6 ഷില്ലിങ്ങായി ഉയരുന്നതിനു പകരം 3 ഷില്ലിം ഗായിത്തന്നെ തുടർന്നാൽ അവന്റെ അധാനത്തിന്റെ പണവില അവന്റെ അധാനത്തിന്റെ മൂല്യത്തിന്റെ പകുതിയേ വരു. അവന്റെ ജീവിതനില വാരം ഭയാനകമാംവിധം അധഃപതിക്കും. അവന്റെ കൂലി കൂടിയാൽ ത്തന്നെ അത് സ്വർണത്തിന്റെ മൂല്യം കുറഞ്ഞ അതേ അനുപാതത്തിൽ കൂടിയില്ലെങ്കിൽ ഇതുതന്നെയായിരിക്കും വലുതോ ചെറുതോ ആയ തോതിൽ സംഭവിക്കുക. ഇവിടെ അധാനത്തിന്റെ ഉൽപ്പാദനശക്തി യിലോ സപ്ലൈ-ഡിമാന്റ് സ്ഥിതിയിലോ മൂല്യങ്ങളിലോ യാതൊരു മാറ്റവുമുണ്ടായിട്ടില്ല. ആ മൂല്യങ്ങളുടെ പണനാമങ്ങളൊഴിച്ച് ഒന്നും മാറി യിട്ടില്ല. ആ സന്ദർഭത്തിൽ തൊഴിലാളി ആനുപാതികമായ കൂലിവർധനവ് ആവശ്യപ്പെടാൻ പാടില്ലെന്നു പറയുന്നതിന്റെ അർഥം സാധനങ്ങൾക്കു പകരം പേരുകൾ കൂലിയായി കിട്ടുന്നതുകൊണ്ട് അവൻ തൃപ്തിപ്പെട ണമെന്നാണ്. പണത്തിന് ഇങ്ങനെ വിലയിടിവ് സംഭവിക്കുമ്പോഴെല്ലാം ആ തക്കമുപയോഗിച്ച് തൊഴിലാളിയെ പറ്റിക്കാൻ മുതലാളിമാർ ജാഗരുക രാണെന്ന് ഭൂതകാലചരിത്രമാകെ തെളിയിക്കുന്നുണ്ട്. സ്വർണമുളള പ്രദേ ശങ്ങൾ പുതുതായി കണ്ടെത്തിയതിന്റെയും വെള്ളിഖനികൾ കൂടുതൽ മെച്ചമായി പ്രവർത്തിപ്പിക്കുന്നതിന്റെയും മെർക്കുറി കൂടുതൽ വിലകുറച്ചു ലഭിക്കുന്നതിന്റെയും ഫലമായി അമൂല്യലോഹങ്ങളുടെ മൂല്യം പിന്നെ യും കുറഞ്ഞിട്ടുണ്ടെന്നാണ് വലിയൊരു വിഭാഗം അർഥ ശാസ്ത്രജ്ഞന്മാ രുടെ പക്ഷം. യൂറോപ്യൻ വൻകരയിൽ കൂലി കൂട്ടിക്കിട്ടാനുളള ശ്രമങ്ങൾ പൊതുവിലും ഒരേ സമയത്തും നടക്കുന്നതിന്റെ കാരണം ഇതിൽനിന്നു വ്യക്തമാണ്.

3. തൊഴിൽദിവസത്തിന് പരിധികളുണ്ടെന്നാണ് നാം ഇതേവരെ

സങ്കൽപ്പിച്ചത്. എന്നാൽ തൊഴിൽദിവസത്തിനു തനതായി സ്ഥിരമായ പരിധികളൊന്നുമില്ല. കായികമായി സാധ്യമാകാവുന്നത്ര അതിനെ വലിച്ചുനീട്ടാനാണ് മൂലധനത്തിന്റെ നിരന്തരമായ പ്രവണത. കാരണം, അതേ തോതിൽ മിച്ചാധാനവും അങ്ങനെ അതിൽനിന്നുളവാകുന്ന ലാഭവും വർധിക്കും. തൊഴിൽദിവസം ദീർഘിപ്പിക്കുന്നതിൽ മൂലധനം എത്ര കൂടുതൽ വിജയിക്കുന്നുവോ അത്രയും കൂടുതൽ മറ്റുള്ളവരുടെ അധാനം സ്വായത്തമാക്കാൻ അതിനു കഴിയുന്നു. 17–ാം നൂറ്റാണ്ടിൽ 18–ാം നൂറ്റാണ്ടിന്റെ ആദ്യത്തെ മൂന്നിൽ രണ്ടു ഭാഗത്തിൽപ്പോലും 10 മണിക്കൂർ തൊഴിൽ ദിവസമെന്നത് ഇംഗ്ലണ്ടൊട്ടാകെയുള്ള സാധാരണ തൊഴിൽദിവ സമായിരുന്നു. ജാക്കൊബിൻവിരുദ്ധ യുദ്ധ[11]ത്തിന്റെ കാലത്ത് യഥാർഥ ത്തിൽ ബ്രിട്ടീഷ് തൊഴിലാളി ബഹുജനങ്ങൾക്കെതിരെ ബ്രിട്ടീഷ് പ്രഭു ക്കന്മാർ നടത്തിയ യുദ്ധമായിരുന്നു അത്. മൂലധനം അതിന്റെ മദിരോ ത്സവം ആഘോഷിക്കുകയും തൊഴിൽദിവസത്തെ പത്തിൽനിന്ന് പന്ത്ര ണ്ടും പതിന്നാലും പതിനെട്ടും മണിക്കൂറായി ദീർഘി പ്പിക്കുകയും ചെയ്തു. ഈ സ്ഥിതി തുടരുകയാണെങ്കിൽ രാഷ്ട്രജീവിതം അതിന്റെ ഉറവിടത്തിൽവച്ചുതന്നെ പൊട്ടിത്തകരുമെന്ന് ലോലചിത്തനായ വികാര ജീവിയെന്ന സംശയത്തിനു തെല്ലും ഇടനൽകാത്ത മാൽത്തുസ് 1815-ൽ പ്രസിദ്ധപ്പെടുത്തിയ ഒരു ലഘുലേഖയിൽ പ്രഖ്യാപി ക്കുകയുണ്ടായി[12]. പുതുതായി കണ്ടുപിടിച്ച യന്ത്രങ്ങൾ പൊതുവായി ഏർപ്പെടുത്തുന്നതിന് കുറച്ചു വർഷങ്ങൾക്ക് മുമ്പു 1765-നോടടുപ്പിച്ച് വ്യവസായത്തെക്കു റിച്ചുള്ള ഒരു പ്രബന്ധം എന്ന ശീർഷകത്തിൽ ഇംഗ്ലണ്ടിൽ ഒരു ലഘു ലേഖ ഇറങ്ങി. തൊഴിലാളിവർഗത്തിന്റെ ബദ്ധശത്രു വായ ആ പേരുവ യ്ക്കാത്ത ലേഖകൻ തൊഴിൽദിവസത്തിന്റെ പരിധി വിപുലപ്പെടുത്തേണ്ട തിന്റെ ആവശ്യകതയെക്കുറിച്ച് വാദിക്കുന്നുണ്ട്. ഇതിനുള്ള മറ്റു മാർഗങ്ങ ളുടെ കൂട്ടത്തിൽ തൊഴിൽ ഭവനങ്ങൾ[13] സ്ഥാപിക്കണമെന്ന് അയാൾ നിർദേശിച്ചിരിക്കുന്നു. അവ ഭീകരഭവനങ്ങൾ ആയിരിക്കണമെന്നാണ് അയാൾ പറയുന്നത്. ആ ഭീകരഭവനങ്ങളിലെ തൊഴിൽദിവസത്തിന്റെ ദൈർഘ്യം അയാളുടെ അഭിപ്രായത്തിൽ എന്തായിരിക്കണമെന്നോ, 12 മണിക്കൂർ. പന്ത്രണ്ടു വയസ്സിനു താഴെയുള്ള കുട്ടികളെ സംബന്ധിച്ചിട ത്തോളം നിലവിലുള്ളതാണെന്നു മാത്രമല്ല ആവശ്യമാണെന്നുകൂടി മുതലാളിമാരും അർഥശാസ്ത്രജ്ഞരും മന്ത്രിമാരും 1832 –ൽ പ്രഖ്യാ പിച്ചത് ഇതേ സമയമാണ്.

തന്റെ അധാനശക്തി വിൽക്കുമ്പോൾ ഇന്നത്തെ വ്യവസ്ഥിതിയിൽ അതു ചെയ്തേ പറ്റൂ തൊഴിലാളി ആ ശക്തിയുടെ ഉപയോഗം യുക്തി സഹമായ ചില പരിധിക്കുള്ളിൽ മുതലാളിക്കു വിട്ടുകൊടുക്കുകയാണ് ചെയ്യുന്നത്. അവൻ തന്റെ അധാനശക്തി വിൽക്കുന്നത്, അതിനു സ്വാഭാവികമായി ഉണ്ടാകുന്ന തേയ്മാനം ഒഴിച്ചുനിർത്തിയാൽ അതിനെ നിലനിർത്താനാണ് നശിപ്പിക്കാനല്ല. അവൻ തന്റെ അധാനശക്തിയെ അതിന്റെ ഒരു ദിവസത്തെയോ ആഴ്ചത്തെയോ മൂല്യത്തിനു വിൽക്കു

മ്പോൾ ഒരു ദിവസത്തിലോ ഒരാഴ്ചയിലോ ആ അധ്വാന ശക്തിയെ രണ്ടു ദിവസത്തെയയോ രണ്ടാഴ്ചത്തെയയോ ദുർവ്യയത്തിനും തേയ്മാന ത്തിനും വിധേയമാക്കുകയില്ലെന്ന് അവൻ വിശ്വസിക്കുന്നു. 1000 പവൻ വിലവരുന്ന ഒരു യന്ത്രമെടുക്കാം, അതിനെ 10 വർഷം കൊണ്ട് ഉപയോ ഗിച്ചുതീരു മെങ്കിൽ ഏതവയുടെ ഉൽപ്പാദനത്തിലാണോ അത് സഹായി ക്കുന്നത് ആ ചരക്കുകളുടെ മൂല്യത്തോട് അത് വർഷംതോറും 100 പവൻ കൂട്ടിച്ചേർക്കും. അഞ്ചു വർഷംകൊണ്ട് ഉപയോഗിച്ചു തീരുമെങ്കിൽ അത് വർഷംതോറും 200 പവൻ കൂട്ടിച്ചേർക്കും. അഥവാ അതിന്റെ വാർഷി കതേയ്മാനത്തിന്റെ മൂല്യം അത് ഉപഭോഗിക്കപ്പെടുന്ന സമയത്തിന് വിപരീതാനുപാതത്തിലാണു സ്ഥിതി ചെയ്യുന്നത്. എന്നാൽ ഇക്കാര്യ ത്തിൽ തൊഴിലാളിയും യന്ത്രവും തമ്മിൽ വ്യത്യാസമുണ്ട്. ഉപയോഗി ക്കപ്പെടുന്ന കൃത്യം അതേ തോതിൽ യന്ത്രത്തിന് തേയ്മാനമുണ്ടാ കുന്നില്ല. നേരെ മറിച്ച് മനുഷ്യനാകട്ടെ അവൻ ചെയ്ത പണി വെറുതെ കൂട്ടിയെടുത്താൽ കാണാവുന്നതിലും വലിയ തോതിലാണ് ക്ഷയിക്കു ന്നത്.

യുക്തിസഹമായ മുൻപരിധികളിലേക്ക് തൊഴിൽദിവസത്തെ ചുരുക്കിക്കിട്ടാനും ഒരു സാധാരണ തൊഴിൽദിവസത്തെ നിയമപരമായി നിജപ്പെടുത്തിയെടുക്കാൻ കഴിയാത്തിടത്തു വേലകൂടുതലിനു പകരമായി കൂലിക്കൂടുതൽ (തങ്ങളിൽ നിന്ന് പിഴിഞ്ഞെടുക്കുന്ന അധികസമയ ത്തിന്റെ അനുപാതത്തിൽ മാത്രമല്ല അതിലും വലിയ അനുപാത ത്തിലുള്ള കൂലികൂടുതൽ) നേടിയെടുക്കാനും തൊഴിലാളികൾ ശ്രമിക്കുമ്പോൾ അവർ തങ്ങളോടും തങ്ങളുടെ വംശത്തോടുമുള്ള കടമ നിറവേറ്റുക മാത്രമാണു ചെയ്യുന്നത്. മൂലധനത്തിന്റെ താന്തോന്നിത്ത പരമായ തട്ടിപ്പറികൾക്കു പരിധി കൽപ്പിക്കുക മാത്രമാണ് ചെയ്യുന്നത്. സമയമെന്നത് മനുഷ്യന്റെ വികാസത്തിനുള്ള അവസരമാണ്. ഒഴിവു സമയമില്ലാത്ത ഒരുവൻ ഉറക്കവും ഭക്ഷണവും മറ്റും വെറും കായിക മായി വരുത്തുന്ന ഭംഗങ്ങളൊഴിച്ചാൽ ജീവിതകാലം മുഴുവനും മുതലാളി ക്കുവേണ്ടിയുള്ള അധ്വാനത്തിൽ മുഴുകിയിരിക്കുന്ന ഒരുവൻ ചുമട്ടുമൃഗ ത്തെക്കാൾ നിസ്സാരനാണ്. തകർന്ന ദേഹവും മുരടിച്ച മനസ്സുമായി അന്യരുടെ സമ്പത്തുണ്ടാക്കാൻവേണ്ടിയുള്ള വെറുമൊരു യന്ത്രമാണ അവൻ. ഇങ്ങനെയൊക്കെയായിട്ടും മൂലധനത്തിന് കടിഞ്ഞാ ണിട്ടില്ലെങ്കിൽ അത് തൊഴിലാളിവർഗത്തെ ഒന്നടങ്കം അങ്ങേയറ്റത്തെ നികൃഷ്ടാവ സ്ഥയിലേക്ക് തള്ളിവിടാൻ സാഹസികമായും നിർദാക്ഷി ണ്യമായും പ്രവർത്തിക്കുമെന്ന് ആധുനികവ്യവസായ ചരിത്രമാകെ വെളിപ്പെടു ത്തുന്നു.

തൊഴിൽദിവസം ദീർഘിപ്പിക്കുന്ന മുതലാളി കൂലി കൂട്ടിയാലും പിഴിഞ്ഞെടുക്കപ്പെടുന്ന അധികാധ്വാനത്തിനും അതിന്റെ ഫലമായി അധ്വാനശക്തിക്കു സംഭവിക്കുന്ന കൂടുതൽ ദ്രുതതരമായ ക്ഷയത്തിനും അനുസൃതമല്ല ആ കൂലികൂടുതലെങ്കിൽ മുതലാളി അധ്വാനത്തിന്റെ

മൂല്യത്തെ കുറയ്ക്കുകയായിരിക്കും ചെയ്യുന്നത്. ഇതു മറ്റൊരു വഴിക്കും ചെയ്യാം. ഉദാഹരണത്തിന് ലങ്കാഷയറിലെ ഫാക്ടറിത്തൊഴിലാളി കുടുംബങ്ങളുടെ ശരാശരി കൂലി വർധിച്ചിട്ടുണ്ടെന്ന് ബൂർഷ്വാ സ്ഥിതി വിവരക്കണക്കുശാസ്ത്രജ്ഞൻമാർ നിങ്ങളോടു പറയും. എന്നാൽ കുടുംബനാഥനായ പുരുഷന്റെ അധാനത്തിനു പകരം അയാളുടെ ഭാര്യയും ഒരുപക്ഷേ മൂന്നോ നാലോ മക്കളുംകൂടി മൂലധനത്തിന്റെ ജഗന്നാഥരഥചക്രങ്ങളുടെ അടിയിലേക്ക് ഇപ്പോൾ വലിച്ചെറിയപ്പെടു ന്നുണ്ടെന്നും മൊത്തം കൂലിയുടെ വർധനവ് കുടുംബത്തിൽനിന്നു പിഴിഞ്ഞെടുക്കുന്ന മൊത്തം മിച്ചാധാനത്തിന് അനുസൃതമല്ലെന്നും അവർ വിസ്മരിക്കുന്നു.

ഫാക്ടറിനിയമങ്ങൾ ബാധകമായിട്ടുള്ള എല്ലാ വ്യവസായശാ ഖകളിലും ഇന്നു നിലവിലുള്ളതുപോലെ തൊഴിൽദിവസങ്ങൾക്കു നിശ്ചിതപരിധികൾ കൽപ്പിച്ചിട്ടുള്ളിടത്തും അധാനത്തിന്റെ മൂല്യത്തെ പഴയ നിലവാരത്തിൽ നിലനിർത്താൻ കൂലിവർധനവ് ആവശ്യമായെന്നു വരാം. അധാനത്തിന്റെ തീവ്രത വർധിപ്പിക്കുന്നതിലൂടെ ഒരാളെക്കൊണ്ട് രണ്ട് മണിക്കൂറിൽ ചെലവഴിച്ചത്രതന്നെ ജൈവശക്തി ഇപ്പോൾ ഒരു മണിക്കൂറിൽ ചെലവഴിപ്പിക്കാം . ഫാക്ടറിനിയമങ്ങൾക്കു വിധേയമായ തൊഴിലുകളിൽ യന്ത്രങ്ങളുടെ വേഗത വർധിപ്പിച്ചുകൊണ്ടും ഒരൊറ്റയാ ളിന്റെ മേൽനോട്ടത്തിൽ പ്രവർത്തിക്കുന്ന യന്ത്രങ്ങളുടെ എണ്ണം കൂട്ടി കൊണ്ടും ഇത് ഒരതിർത്തിവരെ സാധിച്ചിട്ടുണ്ട്. അധാനത്തിന്റെ തീവ്രത യിൽ അഥവാ ഒരു മണിക്കൂറിൽ ചെലവഴിക്കപ്പെടുന്ന അധാനത്തിന്റെ തുറയിൽ ഉണ്ടായിട്ടുള്ള വർധനവ് തൊഴിൽദിവസത്തിന്റെ ദൈർഘ്യ ത്തിലുണ്ടായിട്ടുള്ള കുറവിനോട് ഏറെക്കുറെ ന്യായമായ അനുമാനം പുലർത്തുമെങ്കിൽ തൊഴിലാളിക്കായിരിക്കും അപ്പോഴും നേട്ടം. അത് ആ പരിധിക്കപ്പുറം പോയാൽ ഒരു രൂപത്തിൽ നേടുന്നത് മറ്റൊരു രൂപത്തിൽ അവനു നഷ്ടപ്പെടുന്നു. പത്തു മണിക്കൂറിലെ അധാനം മുമ്പത്തെ പന്ത്രണ്ടു മണിക്കൂറിലെ അധാനത്തോളംതന്നെ വിനാശകരമായി ത്തീർന്നേക്കാം. അധാനത്തിന്റെ തീവ്രത കൂടുന്നതനുസരിച്ച് കൂലി കൂട്ടിക്കിട്ടാൻ വേണ്ടി സമരംചെയ്യുന്നതിലൂടെ മൂലധനത്തിന്റെ ഈ പ്രവണതയെ ചെറുക്കുമ്പോൾ തൊഴിലാളി തന്റെ അധാനത്തിന്റെ വിലയിടിവിനെയും തന്റെ വംശത്തിന്റെ അധഃപതനത്തെയും ചെറുക്കുക മാത്രമാണ് ചെയ്യുന്നത്.

4. ഞാനിപ്പോൾ വിശദീകരിക്കേണ്ടതില്ലാത്ത ചില കാരണങ്ങളാൽ മുതലാളിത്തോൽപ്പാദനം ചില ആവർത്തകചക്രങ്ങളിലൂടെയാണു നീങ്ങുന്നതെന്നു നിങ്ങൾക്കെല്ലാവർക്കുമറിയാമല്ലോ. സ്വസ്ഥത, വർധിച്ചു വരുന്ന സജീവത. ഉൽക്കർഷം. അമിതോൽപ്പാദനം. പ്രതിസന്ധി മാന്ദ്യം എന്നീ ഘട്ടങ്ങളിലൂടെയാണ് അത് നീങ്ങുന്നത്. ചരക്കുകളുടെ കമ്പോള വിലകളും ലാഭത്തിന്റെ കമ്പോളനിരക്കുകളും ഈ ഘട്ടങ്ങളുടെ ചുവടുപിടിച്ചു നീങ്ങുന്നു. അവയുടെ ശരാശരി നിലവാരങ്ങളെക്കാൾ

ഇടയ്ക്ക് താഴുകയും ഇടയ്ക്ക് പൊങ്ങുകയും ചെയ്യുന്നു. ചക്രത്തെ മൊത്തത്തിൽ എടുത്താൽ കമ്പോളവിലയിലെ ഒരു വ്യതിയാനം മറ്റൊരു വ്യതിയാനത്താൽ തട്ടിക്കിഴിക്കപ്പെടുന്നുണ്ടെന്നും ചക്രത്തിന്റെ ശരാശരി കണക്കാക്കിയാൽ ചരക്കുകളുടെ കമ്പോള വിലകളെ അവയുടെ മൂല്യ ങ്ങൾ ക്രമീകരിക്കുന്നുണ്ടെന്നും കാണാൻ കഴിയും. കമ്പോള വിലകൾ ഇടിയുന്ന ഘട്ടത്തിലും പ്രതിസന്ധിയുടെ മാന്ദ്യത്തിന്റെ ഘട്ടത്തിലും തൊഴിലാളിക്ക് അവന്റെ തൊഴിൽതന്നെ നഷ്ടപ്പെട്ടിട്ടില്ലെങ്കിൽ അവന്റെ കൂലി വെട്ടികുറയ്ക്കുമെന്നതിന് സംശയമില്ല. തൊഴിലാളി കബളിപ്പി ക്കപ്പെടാതിരിക്കണമെങ്കിൽ, കമ്പോളവിലകൾ ഇങ്ങനെ ഇടിയുമ്പോൾ പോലും ഏതുതോതിൽ കൂലി കുറയ്ക്കാൻ ആവശ്യമായി വന്നിട്ടുണ്ടെ ന്നതിനെ സംബന്ധിച്ച് അവൻ മുതലാളിയുമായി തർക്കിക്കണം. അധിക ലാഭം കിട്ടിയ ഉൽക്കർഷത്തിന്റെ ഘട്ടങ്ങളിൽ അവൻ കൂലിക്കൂടുതലിനു വേണ്ടി പൊരുതിയിട്ടില്ലെങ്കിൽ, ഒരു വ്യവസായിക ചക്രത്തിന്റെ ശരാശരി എടുത്താൽ അവന് അവന്റെ ശരാശരി കൂലിപോലും, അഥവാ അവന്റെ അധ്വാനത്തിന്റെ മൂല്യം പോലും, കിട്ടുകയില്ല. ചക്രത്തിന്റെ പ്രതികൂല ഘട്ടങ്ങളിൽ അവന്റെ കൂലിയെ ആവശ്യമായും ബാധിക്കുമെന്നുള്ളപ്പോൾ ചക്രത്തിന്റെ ഉൽക്കർഷഘട്ടങ്ങളിൽ നിന്ന് അവൻ ഒഴിഞ്ഞുനിൽക്ക ണമെന്ന് ആവശ്യപ്പെടുന്നത് അങ്ങേയറ്റത്തെ വിഡ്ഢിത്തമാണ്. പൊതുവെ പറഞ്ഞാൽ, ഡിമാന്റിന്റെയും സപ്ലൈയുടെയും നിരന്തരമായ ഏറ്റക്കുറച്ചിലുകളിൽ നിന്നുളവാക്കുന്ന, നിരന്തരം മാറിക്കൊണ്ടിരിക്കുന്ന തട്ടിപ്പിനിരയാക്കപ്പെടുന്നത് വഴി മാത്രമാണ് എല്ലാ ചരക്കുകളുടെയും മൂല്യങ്ങൾ ഈടാക്കപ്പെടുന്നത്. ഇന്നത്തെ വ്യവസ്ഥയുടെ അടിസ്ഥാന ത്തിൽ അധ്വാനം മറ്റുള്ളവയെപ്പോലെ ഒരു ചരക്കുമാത്രമാണ്. അതു കൊണ്ട് അതിന്റെ മൂല്യത്തിന് അനുസൃതമായ ശരാശരി വില കിട്ടണ മെങ്കിൽ അതേ ഏറ്റക്കുറച്ചിലുകളിലൂടെ അതും കടന്നുപോയേ തീരൂ. ഒരുവശത്ത് അതിനെ ചരക്കായി പരിഗണിക്കുകയും മറുവശത്ത് ചരക്കുകളുടെ വിലകളെ നിയന്ത്രിക്കുന്ന നിയമങ്ങളിൽ നിന്ന് അതിനെ ഒഴിച്ച് നിർത്താൻ ആഗ്രഹിക്കുകയും ചെയ്യുന്നത് അസംബന്ധ മായിരിക്കും. ഉപജീവനോപാധികളുടെ സ്ഥിരവും ക്ലിപ്തവുമായ ഒരു തുക അടിമയ്ക്കു കിട്ടുന്നുണ്ട്. പക്ഷേ കൂലിവേലക്കാരന് അതുകിട്ടുന്നില്ല. ഒരിക്കൽ സംഭവിക്കുന്ന കൂലിയിടിവിനെ നികത്താൻ വേണ്ടിയെങ്കിലും മറ്റൊരിക്കൽ കൂലികൂട്ടിക്കിട്ടാൻ അവൻ ശ്രമിക്കണം. മുതലാളിയുടെ ഹിതത്തെയും ആജ്ഞകളെയും ഒരു ശാശ്വത സാമ്പത്തിക നിയമമായി അംഗീകരിച്ചുകൊണ്ട് വഴങ്ങിക്കൊടുക്കുകയാണെങ്കിൽ അവന് അടിമയ്ക്കുള്ള സുരക്ഷിതത്വമില്ലാതെ അടിമയുടെ എല്ലാ ദുരിതങ്ങളും അനുഭവിക്കേണ്ടി വരും.

5. ഞാൻ പരിശോധിച്ച എല്ലാ ദൃഷ്ടാന്തങ്ങളിലും- നൂറ്റിക്ക് തൊണ്ണൂറി യൊൻപതും ഇതിൽപ്പെടും- കൂലിക്കൂടുതലിനുവേണ്ടിയുള്ള സമരം മുൻ മാറ്റങ്ങളെ തുടർന്നു മാത്രമേ നടക്കുന്നുള്ളുവെന്നു നിങ്ങൾ കണ്ടല്ലോ.

ഉൽപ്പാദനത്തിന്റെ അളവിലും അധ്വാനത്തിന്റെ ഉൽപ്പാദന ശക്തിയിലും അധ്വാനത്തിന്റെ മൂല്യത്തിലും പണത്തിന്റെ മൂല്യത്തിലും തൊഴിലാളി യിൽ നിന്നും പിഴിഞ്ഞെടുക്കുന്ന അധ്വാനത്തിന്റെ വ്യാപ്തിയിലും തീവ്രതയിലും നേരത്തെ ഉണ്ടായിട്ടുള്ള മാറ്റങ്ങൾ, ഡിമാന്റിന്റെയും സപ്ലൈയുടെയും ഏറ്റക്കുറച്ചിലുകളെ ആശ്രയിച്ചും വ്യാവസായിക ചക്ര ത്തിന്റെ വിവിധ ഘട്ടങ്ങൾക്കനുസൃതമായും കമ്പോള വിലകളിലുണ്ടാ കുന്ന ഏറ്റക്കുറച്ചിലുകൾ, എന്നിവയുടെ അനിവാര്യ സന്തതിയാണിത്. ഒറ്റവാക്കിൽ പറഞ്ഞാൽ, മൂലധനത്തിന്റെ മുൻനടപടികളോടുള്ള അധ്വാനത്തിന്റെ പ്രതികരണമെന്ന നിലക്കാണ് അത് നടക്കുന്നത്. ഈ സാഹചര്യങ്ങളിൽ നിന്നെല്ലാം സ്വതന്ത്രമായ ഒന്നായി കൂലിക്കൂടുതലിനു വേണ്ടിയുള്ള സമരത്തെ പരിഗണിക്കുമ്പോൾ കൂലിയിലുള്ള മാറ്റങ്ങ ളെ മാത്രം കാണുകയും അവയ്ക്കാധാരമായ മറ്റു മാറ്റങ്ങളെയെല്ലാം അവ ഗണിക്കുകയും ചെയ്യുമ്പോൾ, സത്യവിരുദ്ധമായ നിഗമനങ്ങളിൽ എത്താ ൻ വേണ്ടി സത്യവിരുദ്ധമായ പൂർവപക്ഷങ്ങളിൽ നിന്നും തുടങ്ങുകയാണ് നിങ്ങൾ ചെയ്യുന്നത്.

13

മൂലധനവും അധ്വാനവും തമ്മിലുള്ള സമരവും അതിന്റെ ഫലങ്ങളും

1. **കൂ**ലിവെട്ടിക്കുറയ്ക്കുന്നതിനെതിരായി തൊഴിലാളികൾ കാലാകാലമായി നടത്തുന്ന ചെറുത്തു നിൽപ്പും കൂലികൂട്ടികിട്ടുന്നതിനു വേണ്ടി അവർ കാലാകാലമായി നടത്തുന്ന ശ്രമങ്ങളും കൂലി വ്യവ സ്ഥയിൽ നിന്ന് അഭേദ്യമാണെന്നും, മറ്റു ചരക്കുകളെപ്പോലെ ആയി ത്തീർന്നിട്ടുള്ള അധ്വാനവും അക്കാരണത്താൽ വിലകളുടെ പൊതുഗ തിയെ നിയന്ത്രിക്കുന്ന നിയമങ്ങൾക്ക് വിധേയമാണെന്ന വസ്തുതയിൽ നിന്നുതന്നെയാണ് അവ ഉളവാക്കുന്നതെന്നും ഞാൻ കാണിച്ചുകഴിഞ്ഞു. പൊതുവായ കൂലിവർധനവ് പൊതുലാഭനിരക്ക് കുറയുന്നതിനിടയാ ക്കുമെങ്കിലും അത് ചരക്കുകളുടെ ശരാശരി വിലകളെയോ അവയുടെ മൂല്യങ്ങളെയോ ബാധിക്കുകയില്ലെന്നും ഞാൻ കാണിച്ച് കഴിഞ്ഞു. ആ സ്ഥിതിക്ക്, ഈ ഒരു ചോദ്യമാണ് അന്തിമമായി ഉദിക്കുന്നത്: മൂലധനവും അധ്വാനവും തമ്മിലുള്ള ഈ അവിരാമ സമരത്തിൽ അധ്വാനം എത്രത്തോളം വിജയിക്കാനിടയുണ്ട്.

ഒരു പൊതുതത്ത്വം പ്രതിപാദിച്ചുകൊണ്ട് എനിക്കിതിനു മറുപടി പറയാൻ കഴിയും. മറ്റെല്ലാ ചരക്കുകളുടെയും കാര്യമെന്നപോൽ അധ്വാനത്തിന്റെ കാര്യത്തിലും, അതിന്റെ കമ്പോളവില കാലാന്തര ത്തിൽ അതിന്റെ മൂല്യവുമായി പൊരുത്തപ്പെടും. അതുകൊണ്ട് എന്തെല്ലാം ഏറ്റക്കുറച്ചിലുകളുണ്ടായാലും, തൊഴിലാളി എന്തൊക്കെ ചെയ്താലും, അവന് ശരാശരി ലഭിക്കുന്നത് അവന്റെ അധ്വാനത്തിന്റെ മൂല്യം മാത്രമായിരിക്കും. എന്നുവച്ചാൽ അവന്റെ അധ്വാനശക്തിയുടെ മൂല്യം. അതിനെ നിർണയിക്കുന്നത് അതിന്റെ നിലനിൽപ്പിനും പ്രത്യുൽപാദന ത്തിനും വേണ്ട അവശ്യവസ്തുക്കളുടെ മൂല്യമാണ്. ആ അവശ്യവസ്തു ക്കളുടെ മൂല്യത്തെ നിയന്ത്രിക്കുന്നതോ, അവയുടെ ഉൽപ്പാദനത്തിനാവ ശ്യമായ അധ്വാനത്തിന്റെ പരിമാണവും.

എന്നാൽ അധ്വാനശക്തിയുടെ മൂല്യത്തെ അഥവാ അധ്വാനത്തിന്റെ മൂല്യത്തെ, മറ്റെല്ലാ ചരക്കുകളുടെയും മൂല്യങ്ങളിൽനിന്നും വേർതിരിക്കുന്ന ചില പ്രത്യേകതകളുണ്ട്. അധ്വാനശക്തിയുടെ മൂല്യത്തിൽ രണ്ട് ഘടകങ്ങളടങ്ങിയിട്ടുണ്ട്. ഒന്ന് വെറും കായികം മാത്രമാണ്. മറ്റേത് ചരിത്രപരം, അഥവാ സാമൂഹ്യമാണ്. അതിന്റെ അന്തിമ പരിധി നിർണയിക്കുന്നത് കായികഘടകമാണ്. അതായത്, സ്വയം നിലനിൽക്കാനും പ്രത്യുൽപ്പാദിപ്പിക്കാനുംവേണ്ടി, സ്വന്തം ഭൗതികാസ്തിത്വം ശാശ്വതമായി നിലനിർത്താൻവേണ്ടി, ജീവിക്കാനും പൊരുതാനും തികച്ചും ഒഴിച്ചുകൂടാൻ വയ്യാത്ത അവശ്യവസ്തുക്കൾ തൊഴിലാളി വർഗത്തിനു ലഭിച്ചേ തീരൂ അതുകൊണ്ട്, ഒഴിച്ചുകൂടാൻ വയ്യാത്ത ആ അവശ്യ വസ്തുക്കളുടെ മൂല്യമാണ് അധ്വാനത്തിന്റെ മൂല്യത്തിന്റെ അന്തിമപരിധി. മറുവശത്ത്, തൊഴിൽ ദിവസത്തിന്റെ ദൈർഘ്യത്തിനും വളരെയേറെ അയവാർന്നതെങ്കിലും അന്തിമമായ ഒരു പരിധിയുണ്ട്. തൊഴിലാളിയുടെ കായ ബലമാണ് അതിന്റെ അന്തിമ പരിധി. അവന്റെ ജൈവശക്തിക്ക് നിത്യേന സംഭവിക്കുന്ന ക്ഷയം ഒരു നിശ്ചിതതോതിൽ കവിഞ്ഞാൽ അതിനെ ഓരോ ദിവസവും വീണ്ടും വീണ്ടും ഉപയോഗിക്കാൻ സാധിക്കുകയില്ല. എന്നാൽ, ഞാൻ പറഞ്ഞതുപോലെ ഈ പരിധി വളരെയേറെ അയവാർന്നതാണ്. ആരോഗ്യമില്ലാത്ത, ആയുസു കുറഞ്ഞ തലമുറകൾ വേഗംമാറി മാറി വരുകയാണെങ്കിൽ അത് ചുറുചുറുക്കും ദീർഘായുസുമുള്ള തലമുറയുടെ പരമ്പരയോളം തന്നെ തൊഴിൽ കമ്പോളത്തെ നിറയ്ക്കുന്നതാണ്.

വെറും കായികമായ ഈ ഘടകത്തിനുപുറമെ ഓരോ രാജ്യത്തെയും അധ്വാനത്തിന്റെ മൂല്യത്തെ നിർണയിക്കുന്നത് പരമ്പരാഗതമായ ജീവിത നിലവാരമാണ്. വെറും ഭൗതികജീവിതം മാത്രമല്ല അത്. ആളുകൾ ജീവിക്കുന്നതും വളർന്നു വന്നിട്ടുള്ളതുമായ സാമൂഹ്യ സാഹചര്യങ്ങളിൽ നിന്നുളവാകുന്ന ചില ആവശ്യങ്ങളുടെ നിർവഹണമാണ് അത്. ഇംഗ്ലീഷുകാരന്റെ ജീവിത നിലവാരത്തെ അയർലണ്ടുകാരന്റെ നിലവാരത്തിലേക്ക് ചുരുക്കാൻ കഴിയും. ജർമൻ കൃഷിക്കാരന്റെ നിലവാരത്തെ ലിവോണിയൻ കൃഷിക്കാരന്റെ നിലവാരത്തിലേക്ക് ചുരുക്കാൻ കഴിയും. ചരിത്ര പാരമ്പര്യങ്ങളും സാമൂഹ്യ ആചാരങ്ങളും ഇക്കാര്യത്തിൽ വഹിക്കുന്ന സുപ്രധാനമായ പങ്കിനെപ്പറ്റി മി. തോൺടന്റെ: *ജനപ്പെരുപ്പം* എന്ന പുസ്തകം വായിച്ചാൽ മനസ്സിലാകും. ഓരോ ജില്ലയും അടിയായ്മയിൽനിന്നു പുറത്തുകടന്ന സാഹചര്യങ്ങൾ എത്ര കൂടുതലോ കുറച്ചോ അനുകൂലമായിരുന്നുവെന്നതിനനുസരിച്ച് ഇന്നുപോലും ഇംഗ്ലണ്ടിലെ വിവിധ കാർഷികജില്ലകളിലെ ശരാശരി കൂലിയിലുള്ള വ്യത്യാസം കൂടുതലോ കുറവോ ആണെന്ന് അദ്ദേഹം അതിൽ ചൂണ്ടിക്കാണിച്ചിട്ടുണ്ട്

അധ്വാനത്തിന്റെ മൂല്യത്തിലെ ഈ ചരിത്രപരമായ അഥവാ സാമൂഹ്യമായ ഘടകത്തെ വലുതാക്കുകയോ ചെറുതാക്കുകയോ

നിശേഷം നുള്ളിക്കളയുകയോ ചെയ്യാം. അപ്പോൾ കായികപരിധിയൊഴിച്ച് മറ്റൊന്നും അവശേഷിക്കുകയില്ല. ഒരിക്കലും ഗുണംപിടിക്കാത്ത നികുതി വിഴുങ്ങിയും വേലയെടുക്കാതെ വരുമാനം പറ്റുന്നവനുമായ വൃദ്ധനായ ജോർജ് റോസ് പറയാറുണ്ടായിരുന്നതുപോലെ ഫ്രെഞ്ച് നാസ്തികന്മാ രുടെ ആക്രമണത്തിൽ നിന്ന് നമ്മുടെ പരിശുദ്ധമതത്തിന്റെ സുഖ സൗകര്യങ്ങളെ രക്ഷിക്കാൻ വേണ്ടി നടത്തിയ ജാക്കൊബിയൻ വിരുദ്ധ യുദ്ധത്തിന്റെ സമയത്ത്, നമ്മുടെ മുൻയോഗങ്ങളിലൊന്നിൽ വരെ സ്നേ ഹപൂർവം പരാമർശിക്കപ്പെട്ട സത്യസന്ധന്മാരായ ഇംഗ്ലീഷ് കൃഷിയു ടമകൾ കർഷകത്തൊഴിലാളികളുടെ കൂലി ഏറ്റവും താഴത്തെ കായിക പരിധിയേക്കാളും കുറച്ചു. ആ വംശത്തിന്റെ ഭൗതിക നിലനിൽപ്പി നാവശ്യമായ ബാക്കി ഭാഗത്തിന് അവർ സാധുജനസഹായനിയമങ്ങളെ[14] ആശ്രയിച്ചു. കൂലിവേലക്കാരനെ അടിമയാക്കാനും ഷേക്സ്പിയറുടെ അഭിമാനിയായ സ്വതന്ത്രകർഷകനെ ('യോമാനെ') പാപ്പരാക്കാനുമുള്ള ഒരൊന്നാന്തരം മാർഗമായിരുന്നു ഇത്.

വിവിധരാജ്യങ്ങളിലെ സാധാരണകൂലിയെ അഥവാ അധ്വാനത്തിന്റെ മൂല്യത്തെ താരതമ്യപ്പെടുത്തിനോക്കുമ്പോൾ ഒരേ രാജ്യത്തെ തന്നെ വിവിധ ചരിത്ര കാലഘട്ടങ്ങളിലേത് താരതമ്യപ്പെടുത്തി നോക്കുമ്പോഴും നമുക്ക് ഒരു കാര്യം മനസ്സിലാക്കാൻ കഴിയും. മറ്റെല്ലാ ചരക്കുകളുടെയും മൂല്യങ്ങൾ സ്ഥിരമാണെന്ന് സങ്കൽപ്പിച്ചാൽ തന്നെയും അധ്വാനത്തിന്റെ മൂല്യം ഒരു സ്ഥിരപരിമാണമല്ല, അസ്ഥിരപരിമാണമാണ്, എന്നതാണ് അക്കാര്യം.

ലാഭത്തിന്റെ കമ്പോളനിരക്കുകൾ മാത്രമല്ല ശരാശരി നിരക്കുകളും മാറുന്നുണ്ടെന്ന് ഇതുപോലൊരു താരതമ്യ പഠനം തെളിയിക്കുന്നതാണ്.

എന്നാൽ ലാഭത്തെ സംബന്ധിച്ചാണെങ്കിൽ, അതിന്റെ ഏറ്റവും താണപരിധി നിർണയിക്കാൻ ഒരു നിയമവുമില്ല. അതു കുറയുന്നതിന്റെ അന്തിമ പരിധി എന്തായിരിക്കുമെന്നു പറയാൻ നമുക്കു സാധ്യമല്ല. എന്തുകൊ ണ്ടാണ് നമുക്ക് ആ പരിധി നിശ്ചയിക്കാൻ സാധ്യമല്ലാത്തത്? ഏറ്റവും കുറഞ്ഞകൂലി നിശ്ചയിക്കാൻ കഴിയുമെങ്കിലും ഏറ്റവും കൂടിയ കൂലി നിശ്ചയിക്കാൻ നമുക്ക് സാധ്യമല്ല എന്നതുകൊണ്ടുതന്നെ. തൊഴിൽ ദിവസത്തിന്റെ പരിധികൾ നിശ്ചിതമാണെങ്കിൽ ഏറ്റവും കൂടിയ ലാഭം കായികമായി അനുവദനീയമായേടത്തോളം ഏറ്റവും കുറഞ്ഞകൂലി എത്രയാണോ അതിന് അനുസൃതമായിരിക്കുമെന്നും, കൂലി നിശ്ചിതമാ ണെങ്കിൽ ഏറ്റവും കൂടിയ ലാഭം തൊഴിൽ ദിവസത്തെ തൊഴിലാളിയുടെ കായബലമനുസരിച്ച് എത്രത്തോളം നീട്ടാമോ അതിന് അനുസൃതമായി രിക്കുമെന്നും മാത്രമെ നമുക്ക് പറയാൻകഴിയു. അതുകൊണ്ട് കായികമായി അനുവദനീയമായേടത്തോളം ഏറ്റവും കുറഞ്ഞ കൂലിയും കായികമായി അനുവദനീയമായേടത്തോളം ഏറ്റവും നീണ്ട തൊഴിൽ ദിവസവും ഏറ്റവും കൂടിയ ലാഭത്തിനു പരിധി കൽപ്പിക്കുന്നു. ഏറ്റവും കൂടിയ ഈ ലാഭനിരക്കിന്റെ രണ്ടു പരിധികൾക്കുള്ളിൽ ഒട്ടനവധി

വ്യത്യാസങ്ങൾ സാധ്യമാണെന്നു വ്യക്തമാണ്. മൂലധനവും അധ്വാന വും തമ്മിലുള്ള നിരന്തര സമരത്തിലൂടെ മാത്രമെ അതിന്റെ കൃത്യമായ തോത് നിശ്ചയിക്കപ്പെടൂ. കൂലിയെ കായികമായി അനുവദനീയമായേ ടത്തോളം കുറയ്ക്കാനും തൊഴിൽ ദിവസത്തെ കായികമായി അനുവദനീയമായേടത്തോളം നീട്ടാനുമായിരിക്കും മുതലാളി നിരന്തരം ശ്രമിക്കുന്നത്. തൊഴിലാളികളാകട്ടെ, നേരെ എതിർ ദിശയിലായിരിക്കും നിരന്തരം സമ്മർദം ചെലുത്തുന്നത്.

സംഗതി എതിരാളികളിലോരോ ഭാഗത്തിന്റെയും ശക്തിയുടെ പ്രശ്നമായിത്തീരുന്നു.

2. തൊഴിൽ ദിവസം പരിമിതപ്പെടുത്തുന്ന കാര്യമാണെങ്കിൽ, മറ്റെല്ലാ രാജ്യങ്ങളിലുമെന്നപോലെ ഇംഗ്ലണ്ടിലും അത് നിയമനിർമാണപരമായ ഇടപെടൽ കൂടാതെ ഒരിക്കലും തീരുമാനിക്കപ്പെട്ടിട്ടില്ല. തൊഴിലാളികൾ വെളിയിൽ നിന്നു നിരന്തരം സമ്മർദം ചെലുത്തിയില്ലായിരുന്നുവെങ്കിൽ ആ ഇടപെടൽ ഒരിക്കലും ഉണ്ടാകുമായിരുന്നില്ല. ഏതായാലും, തൊഴിലാ ളികളും മുതലാളിമാരും തമ്മിൽലേർപ്പെടുന്ന സ്വകാര്യമായ കരാറിലൂടെ ഫലപ്രാപ്തി ഉണ്ടാകുമായിരുന്നില്ല. പൊതുരാഷ്ട്രീയ സമരത്തിന്റെ ഈ ആവശ്യകതതന്നെ കേവലം സാമ്പത്തികസമരത്തിൽ മൂലധനത്തിന്റെ ഭാഗത്താണ് കൂടുതൽ ശരിയെന്നതിന്റെ തെളിവാണ്.

അധ്വാനത്തിന്റെ മൂല്യത്തിന്റെ പരിധികളെ സംബന്ധിച്ചാണെങ്കിൽ, അത് യഥാർഥത്തിൽ തീരുമാനിക്കപ്പെടുന്നത് എപ്പോഴും സപ്ലൈയേയും ഡിമാന്റിനേയും ആശ്രയിച്ചാണ്. മൂലധനത്തിന്റെ ഭാഗത്തുനിന്ന് അധ്വാന ത്തിനുവേണ്ടിയുള്ള ഡിമാന്റിനേയും തൊഴിലാളികളുടെ ഭാഗ ത്തുനിന്ന് അധ്വാനത്തിന്റെ സപ്ലൈയേയുമാണ് ഞാനുദ്ദേശിക്കുന്നത്. കോളനിരാ ജ്യങ്ങളിൽ സപ്ലൈയും ഡിമാന്റുമെന്ന നിയമം തൊഴിലാ ളികൾക്കനു കൂലമാണ്. അമേരിക്കൻ ഐക്യനാടുകളിലെ കൂലിനിരക്ക് താരതമ്യേന ഉയർന്നതാവാനുള്ള കാരണമതാണ്. അവിടെ മൂലധനം ആവുന്നത്ര ശ്രമിച്ചുകൊള്ളട്ടെ. എന്നാലും കൂലിവേലക്കാർ സ്വതന്ത്രരും സ്വാശ്രയരു മായ കൃഷിക്കാരായി നിരന്തരം മാറിക്കൊണ്ടിരിക്കുന്നതിന്റെ ഫലമായി തൊഴിൽകമ്പോളം നിരന്തരം ശൂന്യമാകുന്നതിനെ തടഞ്ഞു നിർത്താൻ അതിനെക്കൊണ്ടാവില്ല. അമേരിക്കൻ ജനതയുടെ വലിയൊരു ഭാഗത്തെ സംബന്ധിച്ചിടത്തോളം കൂലിവേലക്കാരെന്ന അവസ്ഥ താൽക്കാലികം മാത്രമാണ്. ഇന്നല്ലെങ്കിൽ നാളെ അവരത് വിടാതിരിക്കില്ല. ഈ കൊളോ ണിയൽ സ്ഥിതി പരിഹരിക്കാൻ വേണ്ടി, പിതൃഭാവം തുളുമ്പുന്ന ബ്രിട്ടീഷ് ഗവൺമെന്റ് ആധുനിക അധിനിവേശ സിദ്ധാന്ത മെന്നു പറയുന്ന ഒന്ന് കുറേക്കാലത്തേക്ക് അംഗീകരിക്കുകയുണ്ടായി. കൂലിവേലക്കാരൻ അത്ര വേഗം സ്വതന്ത്ര കർഷകനായി മാറാതിരിക്കാൻ വേണ്ടി കോളനിയിലെ ഭൂമിക്ക് കൃത്രിമമമായ ഒരു ഉയർന്നവില നിശ്ചയി ക്കുകയെന്നതാണ്.

എന്നാൽ മുഴുവൻ ഉൽപ്പാദനപ്രക്രിയയിലും മൂലധനത്തിന്റെ ആധിപത്യമുള്ള പഴയ പരിഷ്കൃത രാജ്യങ്ങളെ നോക്കാം. ഉദാഹരണ

ത്തിന് ഇംഗ്ലണ്ടിൽ 1849—നും 1859—നുമിടയ്ക്ക് കർഷകതൊഴി ലാളികളുടെ കൂലിയിലുണ്ടായ വർധനവെടുക്കുക. അതിന്റെ അനന്തരഫ ലമെന്തായിരുന്നു? നമ്മുടെ സ്നേഹിതൻ വെസ്റ്റൺ ഉപദേശിക്കുമായി രുന്നതു പോലെ കൃഷിയുടമകൾക്ക് ഗോതമ്പിന്റെ മൂല്യമോ കമ്പോള വില പോലുമോ വർധിപ്പിക്കാൻ കഴിഞ്ഞില്ല. മറിച്ച്, അവർക്ക് കമ്പോള വിലയിലുണ്ടായ ഇടിവിന് വഴങ്ങേണ്ടിവന്നു. എന്നാൽ ആ പതിനൊന്ന് വർഷങ്ങൾക്കിടയിൽ അവർ ഒന്നാന്തരം യന്ത്രങ്ങൾ ഏർപ്പെടുത്തി. കൂടുതൽ ശാസ്ത്രീയ രീതികൾ സ്വീകരിച്ചു. കൃഷിയോഗ്യമായ ഭൂമിയുടെ കുറേഭാഗം മേച്ചിൽ സ്ഥലങ്ങളാക്കി മാറ്റി. കൃഷിയിടങ്ങളുടെ വലിപ്പവും അങ്ങനെ ഉൽപ്പാദനത്തോതും വർധിപ്പിച്ചു. അധാനത്തിന്റെ ഉൽപ്പാദന ശക്തി വർധിപ്പിക്കുന്നതിലൂടെ അതിനുള്ള ഡിമാന്റു കുറക്കുന്ന ഇത്തരം മാർഗങ്ങൾ വഴി കാർഷിക ജനസംഖ്യയെ വീണ്ടും തരതമ്യേന അധിക പറ്റാക്കി. സുസ്ഥാപിതങ്ങളായ പഴയ രാജ്യങ്ങളിൽ കൂലിക്കൂടുതലിനെ തിരായ മൂലധനത്തിന്റെ പ്രത്യാഘാതം താരതമ്യേന വേഗത്തിലോ പതു ക്കെയോ നടക്കുന്നത് പൊതുവായി ഈ മാർഗത്തിലൂടെയാണ്. യന്ത്രങ്ങ ൾ അധാനവുമായി നിരന്തരമത്സരത്തിലാണെന്നും അധാനത്തിന്റെ വില ഒരു നിശ്ചിത ഉയരത്തിലെത്തിയതിനു ശേഷം മാത്രമെ പലപ്പോഴും അവയെ ഏർപ്പെടുത്താൻ കഴിയൂ എന്നും റിക്കാർഡോ പറഞ്ഞിട്ടുള്ളത് തികച്ചും ന്യായമാണ്.[15] എന്നാൽ അധാനത്തിന്റെ ഉൽപ്പാദനശക്തി വർധിപ്പിക്കാനുള്ള പല മാർഗങ്ങളിലൊന്ന് മാത്രമാണ് യന്ത്രോപയോഗം. സാധാരണ അധാനത്തെ താരതമ്യേന അധികപ്പറ്റാക്കുന്ന ഇതേ വികാസംതന്നെ മറുവശത്തു വിദഗ്ധധാനത്തെ ലഘുകരിക്കുകയും അങ്ങനെ അതിന്റെ മൂല്യം കുറയ്ക്കുകയും ചെയ്യുന്നു.

ഇതേ നിയമം മറ്റൊരു രൂപത്തിൽ പ്രകടമാവാറുണ്ട്. അധാന ത്തിന്റെ ഉൽപ്പാദനശക്തി വളരുന്നതോടെ കൂലിനിരക്ക് താരതമ്യേന ഉയർന്നതാണെങ്കിൽപ്പോലും മൂലധനസഞ്ചയം കൂടുതൽ ത്വരിതമായി നടക്കുന്നതാണ്. തൊഴിലാളിയുടെ അധാനത്തിനുള്ള ഡിമാന്റു വർധിപ്പി ക്കുന്നതുവഴി മൂലധനത്തിന്റെ ഈ ത്വരിതസഞ്ചയം ബലാ ബലത്തെ തൊഴിലാളിക്കനുകൂലമായി മാറ്റാതെ തരമില്ലെന്ന് ഇതിൽനിന്ന് അനുമാനിച്ചേക്കാനിടയുണ്ട്. ആധുനികവ്യവസായത്തിന്റെ ശൈശ വകാലത്ത് ജീവിച്ചിരുന്ന ആഡംസ്മിത്ത് അനുമാനിച്ചതും ഇതുത ന്നെയാണ്. കഴിഞ്ഞ ഇരുപതു വർഷത്തിനുള്ളിൽ ഇംഗ്ലണ്ടിലെ മൂലധനം ഇംഗ്ലണ്ടിലെ ജനസംഖ്യയെക്കാൾ എത്രയോ വേഗം വളർന്നിട്ടും കൂലി കൂടുതൽ വർധിച്ചുകാണാത്തതിൽ പല സമകാലികലേഖകരും അത്ഭു തം പ്രകടിപ്പിച്ചിട്ടുള്ളതും ഇതേ നിലപാടിൽനിന്നാണ്. എന്നാൽ സഞ്ചയം പുരോഗമിക്കുന്നതോടൊപ്പംതന്നെ മൂലധനത്തിന്റെ ഘടനയിലും വർധമാനമായ മാറ്റമുണ്ടാകുന്നു. മൊത്തം മൂലധനത്തിൽ സ്ഥിര മൂലധനമായിട്ടുള്ള ഭാഗം—യന്ത്രങ്ങൾ, അസംസ്കൃതപദാർഥങ്ങൾ, എന്നിങ്ങനെ നാനാരൂപത്തിലുള്ള ഉൽപ്പാദനോപാധികൾ ചേർന്ന

ഭാഗം--കൂലിക്കായി, അഥവാ അധ്വാനത്തിന്റെ വാങ്ങലിനായി, ചെലവഴിക്കപ്പെടുന്ന മൂലധനത്തിന്റെ മറ്റേ ഭാഗത്തെ അപേക്ഷിച്ച് അധികമധികം വർദ്ധിക്കുന്നു. മി. ബാർട്ടൺ, റിക്കാർഡോ, സിസ്മോണ്ടി, പ്രൊഫസർ റിച്ചാർഡ് ജോൺസ്, പ്രൊഫസർ റാംസെ, ഷെർബുല്ല്യേ, തുടങ്ങിയവർ ഈ നിയമത്തെ ഏറെക്കുറെ കൃത്യമായി പ്രതിപാദി ച്ചിട്ടുണ്ട്.

മൂലധനത്തിന്റെ ഈ രണ്ടു ഘടകങ്ങൾ മുമ്പ് 1:1 എന്ന അനുപാത ത്തിലായിരുന്നെങ്കിൽ വ്യവസായത്തിന്റെ പുരോഗതിക്കിടയിൽ അതു 5:1-ഉം അതുപോലെ വേറെയും അനുപാതമായിത്തീരും. മൊത്തം മൂലധനമായ 600-ൽ ഉപകരണങ്ങൾക്കും അസംസ്കൃത പദാർഥങ്ങൾ ക്കും മറ്റുമായി മുന്നൂറും കൂലിക്കായി മുന്നൂറുമാണ് ചെലവാകുന്ന തെങ്കിൽ, മുന്നൂറിനു പകരം 600 തൊഴിലാളികൾക്കുള്ള ഡിമാന്റ് സൃഷ്ടിക്കാൻ മൊത്തം മൂലധനത്തെ ഇരട്ടിയാക്കിയാൽ മതി. എന്നാൽ മൂലധനമായ 600-ൽ യന്ത്രങ്ങൾക്കും അസംസ്കൃതപദാർഥങ്ങൾക്കും മറ്റുമായി അഞ്ഞൂറും കൂലിക്കുവേണ്ടി നൂറു മാത്രവുമാണ് ചെലവഴിക്ക പ്പെടുന്നതെങ്കിൽ, മുന്നൂറിനു പകരം 600 തൊഴിലാളികൾക്കുള്ള ഡിമാന്റ് സൃഷ്ടിക്കാൻ അതേ മൂലധനത്തെ 600-ൽനിന്ന് 3,600 ആയി വർദ്ധിപ്പിക്കണം. അതുകൊണ്ട് വ്യവസായപുരോഗതിക്കിടയിൽ അധ്വാനത്തിനുള്ള ഡിമാന്റ് മൂലധനസഞ്ചയത്തിന്റെ തോതിൽ വർദ്ധിക്കുന്നില്ല. അതു വർദ്ധിക്കുമെന്നത് ശരിയാണ്. പക്ഷേ മൂലധന ത്തിന്റെ വർദ്ധനവിനെ അപേക്ഷിച്ച് നിരന്തരം കുറഞ്ഞുവരുന്ന തോതിലായിരിക്കും അതിന്റെ വർദ്ധനവ്.

ആധുനിക വ്യവസായത്തിന്റെ വളർച്ചതന്നെ മുതലാളിക്കനുകൂല മായും തൊഴിലാളിക്കെതിരായും ബലാബലത്തെ അധികമധികം മാറ്റുമെ ന്നും, അതിന്റെ ഫലമായി കൂലിയുടെ ശരാശരിനിലവാരത്തെ ഉയർത്തുക യല്ല താഴ്ത്തുകയെന്നതാണ്, അഥവാ അധ്വാനത്തിന്റെ മൂല്യത്തെ ഏറെക്കുറെ അതിന്റെ ഏറ്റവും താണ പരിധിയിലേക്ക് തള്ളുകയെന്ന താണ്, മുതലാളിത്തോൽപ്പാദനത്തിന്റെ പൊതുപ്രവണതയെന്നും തെളിയിച്ചുകാട്ടാൻ ഈ ചുരുക്കം സൂചനകൾ മതിയാകും. ഈ വ്യവ സ്ഥിതിയിൽ കാര്യങ്ങളുടെ പ്രവണത ഇങ്ങനെയായിരിക്കെ, തൊഴിലാളി വർഗം മൂലധനത്തിന്റെ ആക്രമണങ്ങൾക്കെതിരായ ചെറുത്തുനിൽപ്പ് കൈവെടിയണമെന്നും താൽക്കാലികമെച്ചം നേടാൻ വല്ലപ്പോഴും കിട്ടുന്ന സന്ദർഭങ്ങൾ പരമാവധി ഉപയോഗപ്പെടുത്താനുള്ള ശ്രമങ്ങൾ ഉപേക്ഷി ക്കണമെന്നുമാണോ അർഥം. അങ്ങനെ ചെയ്താൽ അവർ, ഒരിക്കലും രക്ഷകിട്ടാത്തവണ്ണം തകർന്നുകഴിഞ്ഞ നികൃഷ്ട ജീവികളുടെ നിലവാരത്തിലേക്ക് അധഃപതിക്കുന്നതാണ്. കൂലിവർദ്ധനവിനു വേണ്ടിയുള്ള അവരുടെ സമരങ്ങൾ മൊത്തം കൂലിവ്യവസ്ഥയിൽനിന്നു വേർതിരിക്കാനാവാത്ത സംഭവങ്ങളാണെന്നും നൂറിൽ തൊണ്ണൂറ്റൊമ്പത് സന്ദർഭങ്ങളിലും കൂലിവർദ്ധനവിനുള്ള അവരുടെ ശ്രമങ്ങൾ അധ്വാന

ത്തിന്റെ നിശ്ചിതമൂല്യത്തെ നിലനിർത്താനുള്ള ശ്രമങ്ങൾ മാത്രമാ ണെന്നും മുതലാളിയുമായി കൂലിക്കുവേണ്ടി വിലപേശേണ്ട തിന്റെ ആവശ്യകത ചരക്കുകളായി സ്വയം വിൽക്കേണ്ടിവരുന്ന അവരുടെ അവസ്ഥയിൽ അന്തർലീനമാണെന്നും ഞാൻ തെളിയിച്ചിട്ടുണ്ടെന്നാണ് എന്റെ വിശ്വാസം. മൂലധനവുമായിട്ടുള്ള ദൈനംദിനസംഘട്ടനത്തിൽ ഭീരുത്വപൂർവം വഴങ്ങിക്കൊടുത്താൽ, കൂടുതൽ വലിയൊരു പ്രസ്ഥാ നത്തിനു തുടക്കമിടാനുള്ള അർഹത അവർ തീർച്ചയായും നഷ്ടപ്പെടു ത്തുന്നതാണ്.

അതേ സമയം, കൂലിവ്യവസ്ഥയിലടങ്ങിയിട്ടുള്ള പൊതു അടിമത്ത ത്തെ മാറ്റിനിർത്തിയാൽത്തന്നെ, ഈ ദൈനംദിനസമരങ്ങളുടെ അന്തിമ ഫലത്തെ തൊഴിലാളിവർഗം അതിശയോക്തിപരമായി കാണരുത്. തങ്ങൾ പൊരുതുന്നത് ഫലങ്ങളോടാണെന്നും ആ ഫലങ്ങൾക്കുള്ള കാര ണങ്ങളോടല്ലെന്നും അവർ മറക്കരുത്. തങ്ങൾ താഴോട്ടുള്ള പോക്കിന്റെ വേഗത കുറയ്ക്കുന്നുണ്ടെന്നല്ലാതെ അതിന്റെ ഗതി മാറ്റുന്നില്ലെന്നും, താൽക്കാലികാശ്വസത്തിനുള്ള ഔഷധമുപയോഗിക്കുന്നുണ്ടെന്നല്ലാതെ രോഗശമനം വരുത്തുന്നില്ലെന്നും അവർ മറക്കരുത്. അതുകൊണ്ട്, മൂലധനത്തിന്റെ അവിരാമമായ ആക്രമണങ്ങളിൽ നിന്നോ കമ്പോള ത്തിലെ മാറ്റങ്ങളിൽനിന്നോ അനുസ്യൂതം ഉയർന്നുവന്നുകൊണ്ടിരിക്കുന്ന ഈ ഒഴിച്ചുകൂടാനാവാത്ത ഒളിപ്പോരാട്ടങ്ങളിൽ മാത്രമായി അവർ മുഴുകിപ്പോകരുത്. തങ്ങളുടെമേൽ അടിച്ചേൽപ്പിക്കുന്ന സർവദുരിതങ്ങൾ ക്കുമൊപ്പംതന്നെ ഇന്നത്തെ വ്യവസ്ഥ സമൂഹത്തിന്റെ സാമ്പത്തിക പുനഃസംവിധാനത്തിനാവശ്യമായ ഭൗതികസാഹചര്യങ്ങളും സാമൂഹ്യരൂ പങ്ങളും വളർത്തിയെടുക്കുന്നുണ്ടെന്ന കാര്യം അവർ മനസ്സിലാക്കണം. 'ന്യായമായ വേലയ്ക്ക് ന്യായമായ കൂലി,' എന്ന യാഥാസ്ഥിതിക മുദ്രാവാക്യത്തിന്റെ സ്ഥാനത്ത്, കൂലിവ്യവസ്ഥ അവസാനിപ്പിക്കുക, എന്ന വിപ്ലവകരമായ മുദ്രാവാക്യം അവർ തങ്ങളുടെ കൊടിയിൽ എഴുതി വയ്ക്കണം.

ചർച്ചാവിഷയത്തോട് കുറച്ചൊരു നീതി പാലിക്കാൻവേണ്ടി എനിക്കു നൽകേണ്ടിവന്ന സുദീർഘവും ഒരുപക്ഷേ വിരസവുമായ ഈ വിശദീക രണത്തിനുശേഷം താഴെപ്പറയുന്ന പ്രമേയങ്ങൾ നിർദേശിച്ചു കൊണ്ട് ഞാൻ ഉപസംഹരിക്കുന്നു:

ഒന്നാമത്, കൂലിനിരക്കിലുള്ള പൊതുവർധനവ് പൊതുലാഭനിരക്കു കുറയാനിടയാക്കുമെങ്കിലും സാമാന്യമായിപ്പറഞ്ഞാൽ ചരക്കുകളുടെ വിലകളെ ബാധിക്കുന്നതല്ല.

രണ്ടാമത്, കൂലിയുടെ ശരാശരി നിലവാരം ഉയർത്താനല്ല, താഴ്ത്താ നാണ് മുതലാളിത്തോൽപ്പാദനത്തിന്റെ പൊതുപ്രവണത.

മൂന്നാമത്, മൂലധനത്തിന്റെ ആക്രമണങ്ങൾക്കെതിരായ ചെറുത്തു നിൽപ്പുകേന്ദ്രങ്ങളെന്ന നിലയ്ക്ക് ട്രേഡ്യൂണിയനുകൾ നന്നായി പ്രവർത്തിക്കുന്നുണ്ട്. തങ്ങളുടെ ശക്തി ഉചിതമായിട്ടല്ലാതെ ഉപയോ

ഗിക്കുന്നത് കൊണ്ട് അവ ഭാഗികമായി പരാജയപ്പെടുന്നു. നിലവിലുള്ള വ്യവസ്ഥിതി മാറ്റാൻ ഒപ്പം ശ്രമിക്കുന്നതിനു പകരം, തങ്ങളുടെ സംഘ ടിതശക്തിയെ തൊഴിലാളിവർഗത്തിന്റെ അന്തിമമോചനത്തിനുള്ള—അ തായത് കൂലിവ്യവസ്ഥയെ അന്തിമമായി അവസാനിപ്പിക്കാനുള്ള— ഉത്തോലകമായി ഉപയോഗിക്കുന്നതിനു പകരം, ആ വ്യവസ്ഥയിൽ നിന്നുളവാകുന്ന ഫലങ്ങൾക്കെതിരായി ഒളിപ്പോരു നടത്തുന്നതിൽ ഒതു ങ്ങി നിൽക്കുന്നതുകൊണ്ട് അവ പൊതുവിൽ പരാജയപ്പെടുന്നു.

www.ingramcontent.com/pod-product-compliance
Lightning Source LLC
LaVergne TN
LVHW051505170726
843492LV00002B/822

9 788126 200726